புதுவைப் புயலும் பாரதியும்
காற்றென வந்தது கூற்றம்

புதுவைப் புயலும் பாரதியும்
காற்றென வந்தது கூற்றம்

தொகுப்பும் பதிப்பும்

ய. மணிகண்டன் (பி. 1965)

தமிழ் யாப்பியல், சுவடிப்பதிப்பியல், பாரதியியல், பாரதிதாசனியல் ஆகிய களங்களில் குறிப்பிடத்தக்க பங்களிப்புகளை நிகழ்த்தியுள்ள முனைவர் ய. மணிகண்டன் தஞ்சை சரசுவதி மகால் நூலகத் தமிழ்த் துறையில் பத்தாண்டுகளுக்கும்மேல் பணியாற்றியவர்; சென்னைப் பல்கலைக்கழகத் தமிழ்மொழித் துறையின் பேராசிரியர்–தலைவராகப் பணியாற்றி வருபவர். 'தமிழில் யாப்பிலக்கணம்: வரலாறும் வளர்ச்சியும்', 'நேரிசை வெண்பா இலக்கியக் களஞ்சியம்', 'பாரதிதாசன் யாப்பியல்', 'பாரதிதாசனின் அரிய படைப்புகள்', 'பாரதிதாசன் இலக்கியம்: அறியப்படாத படைப்புகள்', 'மகாகவி பாரதியும் சங்க இலக்கியமும்', 'ந. பிச்சமூர்த்தி கட்டுரைகள்', 'பாரதியியல்: கவனம்பெறாத உண்மைகள்', 'மணிக்கொடி மரபும் பாரதிதாசனும்', 'மணிக்கொடி கவிதைகள்' உள்ளிட்ட முப்பதிற்கும் மேற்பட்ட நூல்களை ஆக்கியவர்.

புதுவைப் புயலும் பாரதியும்
காற்றென வந்தது கூற்றம்

தொகுப்பும் பதிப்பும்
ய. மணிகண்டன்

காலச்சுவடு பதிப்பகம்

அன்பார்ந்த வாசகருக்கு,

வணக்கம்.

காலச்சுவடு நூலை வாங்கியமைக்கு நன்றி.

நூலின் உள்ளடக்கம், உருவாக்கம், அட்டைப்படம் இன்ன பிற அம்சங்கள் பற்றிய உங்கள் கருத்துகளையும் ஆலோசனைகளையும் காலச்சுவடு வரவேற்கிறது. தகவல், எழுத்து, வாக்கியப் பிழைகள் தென்பட்டால் கட்டாயம் தெரிவித்து உதவுங்கள். நூல் தயாரிப்பில் கடும் குறைபாடு இருப்பின் மாற்றுப் பிரதி உங்களுக்குக் கிடைக்கக் காலச்சுவடு ஏற்பாடு செய்யும்.

மின்னஞ்சல்: publisher@kalachuvadu.com

காலச்சுவடு நாகர்கோவில் தலைமையகத்துக்கும் கடிதம் அனுப்பலாம்.

தங்கள்
எஸ்.ஆர். சுந்தரம் (கண்ணன்)
பதிப்பாளர் — நிர்வாக இயக்குநர்

புதுவைப் புயலும் பாரதியும் ❋ தொகுப்பும் பதிப்பும்: ய. மணிகண்டன் ❋ பதிப்புரிமை ய. மணிகண்டன் ❋ முதல் பதிப்பு: பிப்ரவரி 2021 ❋ வெளியீடு: காலச்சுவடு பப்ளிகேஷன்ஸ் (பி) லிட்., 669 கே.பி. சாலை, நாகர்கோவில் 629001

காலச்சுவடு பதிப்பக வெளியீடு: 993

puthuvaip puyalum paaratiyum ❋ Compilation on Subramania Bharati ❋ Compilation, editorial format and arrangement: Ya. Manikandan ❋ © Y. Manikandan ❋ Language: Tamil ❋ First Edition: February 2021 ❋ Size: Demy 1 x 8 ❋ Paper: 18.6 kg maplitho ❋ Pages:104

Published by Kalachuvadu Publications Pvt. Ltd., 669 K.P. Road, Nagercoil 629001, India Phone: 91-4652-278525 ❋ e-mail: publications@kalachuvadu.com ❋ Illustrations: Thryambaka ❋ Printed at Mani Offset, Chennai 600077

ISBN: 978-93-90802-78-4

02/2021/S.No. 993, kcp 2866, 18.6 (1) 9ss

காணிக்கை

11.12.2020. கோவை பாரதி பாசறையின் பாரதி விருது.
அடுத்தநாள் விருந்து.
அதற்குள் மருந்தையும் மருத்துவத்தையும் தேடவேண்டிய நெருக்கடி.

தெரிவித்த சில நிமிடங்களில்
செல்வத்திலும் செல்வாக்கிலும் உச்சம் தொட்ட
பெரியவர் பெருந்தகை அண்ணா இரமணிசங்கர்
அறைக்குள் நுழைந்து அள்ளிச் சென்றார்.
உடன் 'பாரதி அறநிலை' பெருந்தகை இரா. இரவீந்திரன்.

பாரதி பாசறையின் மற்றை அரிய மனிதர்களாம்
தலைவர் அண்ணா மோகன்சங்கர் (அண்ணா இரமணிசங்கரை
இராமனாகப் போற்றும் இலக்குவ இளவல்),
சகோதரர் செயலர் பா. ஜான்பீட்டர்,
சகோதரர் பொருளர் சி.ஜி.எஸ். மணியன்
எல்லாரும் இமைக்காது என்னை இமையாய்க் காத்தனர்.

அன்பின் திருவுரு அம்மா திருமதி கல்யாணி இரமணிசங்கர் அவர்கள்
என் மனைவி சாந்திக்குப் புதுத்தெம்பு அருளினார்.

திருமதி சித்ரா இரவீந்திரன், திருமதி மாலதி மணியன் பாசம் பகிர்ந்து
பக்கபலமானார்கள்.

எல்லாவற்றுக்கும் மையப்புள்ளி உன்னத மனிதர் அண்ணா
இரமணிசங்கர் அவர்கள்.
தெய்வதம் குடிகொண்ட மகத்தான மானுடத்தைப் பாரதி பாசறையில்
தரிசித்தேன்.

பாரதி குறித்த இந்நூற்பதிப்பு
பரிசுத்த – பரிபூரண மனிதர்களால் சிறக்கும்
கோவை பாரதி பாசறைக்குக் காணிக்கை.

– ய. மணிகண்டன்

உள்ளுறை

முன்னுரை: காற்றென வந்தது கூற்றம்	11
பகுதி 1	
'சுதேசமித்திர'னில் பாரதியின் செய்திக் கட்டுரைகள்	37
1. புதுச்சேரியில் புயற்காற்று	39
2. புதுச்சேரி	43
3. புதுச்சேரி	45
4. புயற்காற்று	48
பகுதி 2	
பாரதி படைத்த கவிதைகள்	51
1. புயற் காற்று	53
2. பிழைத்த தென்னந் தோப்பு	54
3. மழை	56
பகுதி 3	
நிவாரணப் பணிகள்: வ.வெ.சு. அய்யர் அறிக்கை	59
பகுதி 4	
பிற்கால நினைவுப் பதிவுகள்	65
1. தங்கம்மாள் பாரதி	67
2. சகுந்தலா பாரதி	73
3. யதுகிரி	82
4. ஆ. ஜி. ரங்கநாயகி	88
5. பாரதிதாசன்	95
பயன்பட்ட நூல்கள், இதழ்கள்	99
பின்னிணைப்புகள்	101

முன்னுரை

காற்றென வந்தது கூற்றம்

வானம் சினந்தது;
வையம் நடுங்கியது;
காற்றடித்தது;
கடல் குமுறியது;

1916 நள வருடம் கார்த்திகை மாதம் 8ஆம் நாள். 22 நவம்பர் புதன்கிழமை.

புதுவையைப் புரட்டிப் போட்டது ஒரு கொடிய புயல்.

~~

புதுவையில் பாரதி வசித்த பத்தாண்டுகளில் எத்தனையோ முக்கியமான நிகழ்வுகள். அவற்றுள் புயலடித்தாற்போன்ற நிகழ்ச்சிகளும் உண்டு; தென்றல் தீண்டினாற்போன்ற நிகழ்வுகளும் உண்டு. இது உண்மையிலேயே புயல் அடித்த நிகழ்ச்சி.

தமிழக வரலாற்றிலும் புதுவை வரலாற்றிலும் மிகப் பெரிய, கொடிய சேதங்களை ஏற்படுத்திய நள (அநல) வருடப் புயல், மனிதர்களை, மனிதர்களின் வாழ்வாதாரங்களை அழித்ததோடு தமிழிலக்கிய வரலாற்றிலும் தடங்களைப் பதித்துச் சென்றது.

பாரதி இந்தக் கொடிய இயற்கைச் சீற்றத்தை முப்பரிமாணங்களில் எதிர்கொண்டிருக்கின்றார்.

ஒரு கவிஞனாகத் தன்னையும் தன் குடும்பத்தையும் தான் வசித்த பகுதியையும் புயற்காற்று துண்டாடிய நிகழ்வைக் கவிதைகளில் எதிரொலித்திருக்கின்றார்.

எழுத்தாளனாக, பத்திரிகையாளனாக இந்தப் புயல் ஏற்படுத்திய சொல்லொணா விளைவுகளை அன்றைய ஒரே தமிழ் நாளிதழான 'சுதேசமித்திர'னின் வாயிலாக வெளிப்படுத்தி ஒட்டுமொத்தச் சமூகத்தின் கவனத்தை இதன்பால் குவித்திருக்கின்றார்.

ஒரு மனிதனாக, அன்றாடப் பிழைப்பிற்கே அல்லலுற்றுக் கொண்டிருந்த வேளையிலும் 'சுதேசமித்திரன்' ஆசிரியர் அரங்கசாமி ஐயங்காரின் தயவால், எழுதினாலும் எழுதா விட்டாலும், முப்பது ரூபாய் மாத வருவாய் என்றிருந்த நிலையில், தன் ஒரு நாள் ஊதியத்தைப் புயல் நிவாரணப் பணிகளுக்காக வழங்கியிருக்கிறார். தன் நண்பர்கள், அன்பர்களோடு இணைந்து ஏழை மக்களுக்கு அன்னதானம், கஞ்சி வார்த்தல், நிர்க்கதியான மக்களுக்குக் குடிசை அமைத்துக்கொள்ள உதவுதல், சாலையில் அழுகிக் கிடந்த எண்ணற்ற காக்கைகளைப் புதைக்கச் செய்தல் என்று நிவாரணப் பணிகளில் ஒரு களப்பணியாளனாக முன்னின்று செயல்பட்டிருக்கின்றார்.

புதுவைப் புயலின் சூழலில் பாரதியின் இந்த முப்பரிமாணமும் – முழுப்பரிமாணமும் வெளிப்பட்டிருக்கின்றது.

இதனை ஒட்டி நான்காம் பரிமாணம் என்று சொல்லத்தக்க வகையில் ஒரு விளைவும் அவன் எழுத்தால் எழுந்திருக்கின்றது. அது இருபதாம் நூற்றாண்டின் மற்றொரு பெருங்கவிஞராகிய பாரதிதாசனின் வரலாற்றோடு தொடர்புடையது.

~

மகாகவி பாரதியின் எழுத்து, வரலாற்றின் பக்கங்களை ஒரு நூற்றாண்டிற்குமுன் புரட்டிச் சென்று நம் கவனத்தை நிலைகுத்தி நிற்கச் செய்கிறது.

> அநல வருஷம் கார்த்திகை மாதம் 8ஆம் தேதி புதன்கிழமை இரவு புதுச்சேரியில் யுகப் பிரளயத்தைப் போலே யிருந்தது.
>
> நெடும் பொழுதாக – புதன்கிழமை மாலை தொடங்கியே – மழையும் காற்றும் கடுமையாகத்தான் இருந்தன. இடைவிடாத மழை. இடைவிடாத காற்று.
>
> இரவு பதினொரு மணிக்குமேல் பெரிதாக வளர்ந்து விட்டது. ஊழிக்காற்று; படீல், படீல், படீல்.

வீடுகள் இடிந்து விழுகின்றன; மரங்கள் சாய்கின்றன; காந்த விளக்குக் கம்பி அறுந்துபோகிறது. நான்கு சுவர்களும் மேலே விழுந்துவிடும் போலிருந்தன; நல்ல கோட்டை போன்ற வீட்டிலே இருந்தேன். இருந்தாலும் சத்தம் பொறுக்க முடியவில்லை. ஊழிக் காற்று. மருத்துக்களின் களியாட்டம். பேரச்சம்.

வெளியே என்ன நடக்கிறது பார்ப்போமென்று சாளரத்தைத் திறந்தால் மழைநீர் சரேலென்று வெள்ளமாக உள்ளே பாய்கிறது. ஒன்றும் கண்ணுக்குத் தெரியவில்லை. ஒரே பேரிருள். திறந்த சாளரத்தை மூடுவது பிரமப் பிரயத்தனம்.

1916 நவம்பர் 22 புதன்கிழமை இரவு தொடங்கிய புயற்காற்று புதுச்சேரியைப் புரட்டிப் போட்ட வரலாற்று நிகழ்வைத்தான் பாரதி இப்படி (‘சுதேசமித்திரன்’ 27-11-1916) காட்சிப்படுத்தியிருந்தார்.

தான் வசித்த வீட்டையும் நகரத்தையும் பக்கத்துக் கிராமங்களையும் உருக்குலைத்த புயலின் கொடுமையை மிக விரிவாகத் தொடர்ந்து பாரதி வெளிப்படுத்தினார். புதுவை நகரம் புயற்காற்றால் பட்ட பாட்டை,

புதுச்சேரிப் பட்டணத்தை நேற்றுப் பார்த்த கண்ணுக்கு இன்று அடையாளம் தெரிய இடமில்லை. தெருவெல்லாம் ஒடிந்த மரங்கள். தென்னையும் பூவரசும் வீதிகளில் அதிகம். நூற்றில் எண்பது முறிந்து கிடந்தன. ஓடுகளும் மாடங்களும் கூரைகளும் சேதப்படாத வீடு ஒன்றுகூட நான் பார்க்கவில்லை. சில கூரைகள் நெடுந்தூரந் தள்ளி விழுந்து கிடந்தன. காலையிலே தபால் வரவில்லை. தந்திக் கம்பிகளும் காந்த விளக்குக் கம்பிகளும் அறுந்துபோய்விட்டன. காந்த விளக்குத் தொழிற்சாலையின் தலை விழுந்துவிட்டது. ஈசுவரன் கோயிலின் சிகரம் விழுந்துவிட்டது. சுற்று வீதியில் ஏழைக் குடிசைகள் அழிந்து போய்விட்டன. உயிர்ச் சேதமும் நிகழ்ந்திருக்கிறது. தொகை தெரியவில்லை.

என விவரித்திருந்தார். புதுவையை ஒட்டிய பகுதிகளான முத்தியால்பேட்டை, பாக்கமுடையான்பேட்டை, அரியாங்குப்பம், குறிச்சிக்குப்பம், ரெட்டியார்பாளையம், வில்லியனூர், பெருமாள்பேட்டை, முத்துவேல்பேட்டை,

சோலைத்தாண்டவன்குப்பம், கீரைப்பாளையம், ஆலங்குப்பம், தேங்காய்த்திட்டு, ஆப்பெரும்பட்டு, நெல்லித்தோப்பு, உழவர்கரை, கருவடிக்குப்பம் (கரடிக்குப்பம்) முதலிய சிற்றூர்களில் புயலின் கோரத்தாண்டவம் விளைத்திருந்த சேதங்களை வேதனை படரப் படரப் பாரதி விளக்கியிருந்தார்.

முத்தியால்பேட்டையில் இருந்த ஆறாயிரம் நெசவுக்காரர் வீடுகளிலும் தறிகள் முதலியனவெல்லாம் சேதமடைந்தன; பாக்கமுடையான்பேட்டையில் பெரும்பகுதி கிராமம் அழிந்துபோய்விட்டது; பல கிராமங்களில் கூரை வீடுகள் ஒன்றுகூட மிச்சமில்லை என்னும் நிலை; பல இடங்களிலும் முன்னெப்போதும் இதுபோல் கண்டதில்லை என்னும் அளவிற்குக் காக்கைகள் செத்துக்கிடந்தன; ஆடு மாடுகளும் கணக்குத் தெரியாத அளவு மிதந்து சென்றிருக்கக்கூடிய வகையில் நீர்ப்பெருக்கு; ஏறத்தாழ 500 வீடுகளைக் கொண்ட சோலைத்தாண்டவன்குப்பத்தில் ஏழெட்டுக் கல்வீடுகளைத் தவிர மற்றவையெல்லாம் தரைமட்டமாகிவிட்டன; விழுந்துகிடக்கும் மரங்களின் அடியில் சிக்கிக்கொண்ட மனிதர்களின் உயிரற்ற உடல்கள், உடலின் பாகங்கள் கண்டெடுக்கப்பட்ட துயரநிலை; ஒடுக்கப்பட்ட மக்கள் வசித்த பகுதிகளாக இருந்த உழவர்கரை கிராமத்தில் புயலுக்குமுன் இருந்த 300 வீடுகளில் தப்பிப் பிழைத்தவை நான்கு வீடுகள் மட்டுமே; கருவடிக்குப்பத்தில் இருந்த தொண்ணூறு வீடுகளும் அழிந்துபோய்விட்ட அவலம். இவ்வாறெல்லாம் புயல் ஏற்படுத்திய கோர விளைவுகள் காட்சிகளாக விரிகின்றன பாரதியின் எழுத்தில்.

~

புயலடித்த அன்று பாரதியின், பாரதி குடும்பத்தின் நிலை என்ன?

அன்றுதான் பாரதி ஈசுவரன் தர்மராஜா கோயில் தெருவிலே தான் குடியிருந்த பழைய வீட்டிலிருந்து எதிரிலிருந்த வீட்டிற்குப் புதிதாகக் குடிபெயர்ந்திருந்தார். பழைய வீட்டை முழுதாகக் காலிசெய்துவிடக்கூட இல்லை.

புயல் அலைக்கழித்த அந்தகார இரவில் பாரதி தன் பிள்ளைகளுக்காகவும் பூமித்தாயின் எல்லாப் பிள்ளைகளுக்காகவும் பராசக்தியைத் துதித்தார். பாரதியின் வேண்டுதல் விண்ணப்பம் கவிதையில் அன்று இப்படி எதிரொலித்தது; நூற்றாண்டு கடந்தும், தோன்றும் புயல்களின்போதெல்லாம் துவளும் மக்களுக்காக எதிரொலிக்கின்றது.

வாழி பராசக்தி காத்திடவே
தீனக் குழந்தைகள் துன்பப் படாதிங்கு,
தேவி யருள்செய்ய வேண்டு கின்றோம்.

புயல் அடித்த இரவு தொடங்கிச் சில காலம் வரை அவரது கவிதா உள்ளத்தில் புயலின் நினைவு சுழன்றுசுழன்று அடித்திருக்கின்றது. கவிதை உணர்வை உசுப்பி எழுப்பியிருக்கிறது. புயலடித்த இரவில் ஒரு கணவனும் மனைவியும் பேசிக்கொள்வது போல ஒரு பாடல் படைத்திருக்கின்றார். செல்லம்மாவும் பாரதியும் உண்மையில் பேசிக்கொண்டதன் படர்க்கை வடிவம் எனப் பகரலாம் அதனை.

புயலடித்த இரவில் பழைய வீட்டிலேயே இருந்திருந்தால்? பாரதியும் செல்லம்மாவும் ஏன் அவரது மகள்களும் யதுகிரியும் பாரதிதாசனும்கூட இதனை நினைத்துப்பார்த்திருக்கின்றனர். புயலடித்த இரவில் பழைய வீட்டின் நிலை என்ன? பாரதி நினைத்துப் பார்த்துப் பாடுகிறார்:

நேற்றிருந்தோம் அந்த வீட்டினிலே இந்த
நேரமிருந்தால் என்படுவோம்?
காற்றென வந்தது கூற்றமிங்கே நம்மைக்
காத்தது தெய்வ வலிமையன்றோ?

பாரதியின் உடனிருந்த இளைய மகள் சகுந்தலா, தாங்கள் குடியிருந்த வீட்டுக்குப் புயலடித்த இரவில் ஏற்பட்ட பாதிப்பையும், அந்த இரவில் அங்கே இருந்திருந்தால் என்ன ஆகியிருக்கும் என்பதையும் எண்ணிப் பார்த்து நினைவுகூர்ந்திருந்தார். ஏற்கெனவே விழக்கூடிய நிலையில் நின்றிருந்த அந்தப் பழைய வீட்டின் மாடியில் ஓர் அறைதான் இருந்தது எனவும், அதில்தான் தாங்கள் படுத்துறங்குவது வழக்கம் எனவும், புயலால் அந்த அறைமேல் தென்னை மரம் சாய்ந்து சுவர் ஒருபுறம் உடைந்து ஜன்னல் கண்ணாடிகள் நொறுங்கி அறை முழுவதும் மண்டிக் கிடந்தன எனவும், வழக்கம் போல் படுத்துறங்கியிருந்தால் என்ன கதியாகியிருப்போம் எனவும் எழுதியிருந்தார். (*என் தந்தை பாரதி*, ப. 56)

பாரதியின் புதுவை அன்பர்களுள் குறிப்பிடத்தக்கவர் கிருஷ்ணசாமி செட்டியார் என்பவர். முத்தியாலுப்பேட்டைக்கு அருகில் அவருக்கு ஒரு தோட்டம் இருந்தது. இந்தத் தோட்டம்தான் குயில் பாட்டுக்குக் 'காட்சி ஸ்தலமாம்'. கவிதா ஆவேசம் ஏற்படும்போதெல்லாம் பாரதி யாரையேனும் அழைத்துக்கொண்டு அந்தத் தோட்டத்துக்குப் போய்விடுவாராம். அங்கே நோக்கி நோக்கிக் களியாட்டம் ஆடுவாராம். கவிதை,

ஊற்றாய் வெள்ளமாய்ப் பிரவாகிக்குமாம். பாரதியின் கவிதைகள் பல தோன்றக் களமாக அமைந்தது அந்தத் தோட்டம். இதைப் பற்றி 'மகாகவி பாரதியார்' நூலில் வ.ரா. விரிவாக எழுதியிருக்கின்றார். புதுவையைத் துவம்சம் செய்த புயல் நிகழ்வை வ.ரா. நேரடியாக அறிந்ததாகத் தெரியவில்லை. ஆனால் பாரதிதாசன் வாயிலாக அறிந்திருக்கின்றார். அதனை இப்படி விவரித்திருக்கின்றார்:

> 'பாரதிதாஸன்' என்ற புனைபெயருடன் ஆச்சரியப்படத்தக்க தமிழ்க்கவிதை எழுதும் வாத்தியார் கனகசுப்புரத்தினத்தைப் பற்றி முன்னமே குறிப்பிட்டிருக்கின்றேனல்லவா? அவர் பாரதியாருக்குத் தோழன்; சிஷ்யன். மேற்சொன்ன தோட்டத்தைப் பற்றி அவர் அதிசயமான சேதியொன்றைச் சொன்னார் . . .
>
> இன்றைக்குச் சுமார் முப்பது வருஷங்களுக்குமுன், புயல் அடித்தது. தமிழ்நாடு முழுவதும் வெள்ளமும் புயலுமானது. உடைத்துக்கொள்ளாத ஆறுகள், ஏரிகள் இல்லை. மரங்கள் சடசடவென்று சரிந்துவீழ்ந்தன. 'காடெல்லாம் விறகான செய்தி' ஆயிற்று நாடு முழுவதும்.
>
> புதுச்சேரி கடற்கரை நகரம்; புயலால் நேர்ந்த சேதத்தை அளவிட்டுச் சொல்ல முடியாது. ஒதியஞ்சாலை என்ற தோட்டத்திலிருந்த அழகான மரங்கள் எல்லாம் தலைகுப்புற வீழ்ந்தன; தந்திக் கம்பங்கள் முரிந்து போயின; கட்டடங்கள் சரிந்தன; கூரைகள் அப்படியே கூடாரம் அடித்தது போல உட்கார்ந்துவிட்டன. நகரம் முழுவதும் 'பேய் மேய்ந்த காட்டைப் போலத்' தோற்றம் அடைந்தது.
>
> இவ்வளவு பயங்கரமான சேதத்திற்கு நடுவே முத்தியாலுப்பேட்டை கிருஷ்ணசாமி செட்டியாரின் தோட்டத்திலிருந்த மரங்கள் மட்டும் விழவில்லை என்று பாரதிதாஸன் சொன்னார். எனக்கும் அவருக்கும் அற்புதத்தில் நம்பிக்கையில்லை. ஆனால், நிகழ்ந்ததை நம்பித்தானே ஆக வேண்டும்? இந்த மரங்கள் தப்பித்துக்கொண்ட காரணத்தை முழுவதும் ஆராயாமல், அற்புதம் என்று அதைக் கொள்ள என் மனம் கூசுகின்றது. தனது ரகசியத்தைப் பாரதியாருக்குப் போதித்த

இடம் கெடாமல் இருக்க வேண்டும் என்பது இயற்கைத்தாயின் விருப்பமோ, என்னவோ என்று கற்பனை கலந்து பேசலாம். ஆனால், மனிதனுடைய அறிவிலே அற்பமும் மகத்துவமும் கலந்து நிற்கின்றன. இயற்கையின் சூதை அற்ப அறிவினால் அளக்க முடியாது; அளப்பதற்குக் கவிதை உள்ளம் வேண்டும்.

(வ.ரா., *மகாகவி பாரதியார்*, பக். 88,89)

புதுவையில் வீசிய புயலில் ஆயிரமாயிரம் மரங்களும் எண்ணற்ற தோட்டங்களும் சிதைந்து போயிருக்கப் பாரதியின் பாடல்களுக்குக் களமமைத்து, உத்வேகம் தந்த கிருஷ்ணசாமி செட்டியாரின் தோட்டம் மட்டும் எந்தப் பாதிப்பையும் அடையவில்லை. அதிசயம்தான்!

இந்த வியப்புக்கெல்லாம் பாரதியே முதல் வித்தை ஊன்றியிருக்கின்றார். 'பிழைத்த தென்னந் தோப்பு' என்று இந்த ஆச்சர்ய நிகழ்வை அழகிய கவிதையாகப் புனைந்திருக்கின்றார். பாரதியின் பாடல்கள் பல பிறக்கக் களமான தென்னந்தோப்பு பிழைத்ததனை அற்புதத்தில் நம்பிக்கையில்லாதவர் வியந்து பேசியதை விட அற்புதமானது ஒன்றுண்டு. தென்னந்தோப்பு பிழைத்ததைக் காட்டிலும் அற்புதம் அது. ஒருநாள், ஓர் இரவு இடைவெளியில் புது வீட்டிற்குப் பாரதி குடும்பம் இடம்பெயர்ந்திருந்தால் – புயலடித்த இரவில் பாரதி குடும்பம் பழைய வீட்டிலேயே தங்கியிருந்தால் – என்ன ஆகியிருந்திருக்கக் கூடும்? பாடுகளம் பிழைத்தது மட்டும் அற்புதமில்லை; பாடல் நாயகரும் அவர் குடும்பமும் பிழைத்ததும் அற்புதம்தான். இயற்கை அன்னை தென்னந்தோப்பை மட்டும் பிழைக்க வைக்கவில்லை. பாரதி மறைவையொட்டிச் 'சுதேசமித்திரன்' குறிப்பிட்டதே 'தென்னாட்டுக் கவி சிரேஷ்டர்' என்று, பாரதி மறைவுக்குச் சில மாதங்கள் முன்னோ பின்னோ மதுரகவி பாஸ்கரதாஸ் குறிப்பிட்டாரே 'தென்னிந்தியாவின் கவிச் சக்கரவர்த்தி' என்று, அந்த மகாகவியையும் அவர் குடும்பத்தையும் இயற்கை அன்னை ஒருநாள் இடைவெளியில் பிழைக்க வைத்திருக்கின்றாள். புயலுக்கு நடுவே அமைதியல்ல, இந்த அற்புதமும் அரங்கேறியிருக்கின்றது.

~

புயல் தொடர்பில் பாரதி படைத்த கவிதைகளுள் முக்கியமானதும் வெளிவந்த காலக் குறிப்பால் விட்டிசைப்பதும் ஆக அமைவது,

> திக்குக்கள் எட்டும் சிதறி – தக
> தீம்தரிகிட தீம்தரிகிட தீம்தரிகிட தீம்தரிகிட
> பக்க மலைகள் உடைந்து – வெள்ளம்
> பாயுது, பாயுது, பாயுது தாம்தரிகிட
> தக்கத் ததிங்கிட தித்தோம் – அண்டம்
> சாயுது, சாயுது, சாயுது பேய்கொண்டு
> தக்கை யடிக்குது காற்று – தக்கத்
> தாம்தரிகிட தாம்தரிகிட தாம்தரிகிட தாம்தரிகிட

என்று தொடங்கும் மூன்று பாடல்களாகும். இவை 12-7-1917 'சுதேசமித்திர'னில் மழை என்னும் தலைப்பில் வெளிவந்த கட்டுரையில், அதில் இடம்பெறும் வேணு முதலி பாடுவதாக ஆங்காங்கே அமைவனவாகும். இக்கட்டுரையின் கருப்பொருளில் மழை பெய்வது பின்புலமாகிறது. பாடல் வெளிப்படுத்தும் உக்கிரத்துக்கு இசைந்த பின்புலமாக அந்த மழை அமையவில்லை. புயல் வீசியபொழுதில் அந்தப் புயலின் உக்கிரத்தை வெளிப்படுத்தும்வகையில் பாரதி படைத்ததே இப்பாடல் என்று அறிய முடிகின்றது. எனினும் புயலடித்து ஓய்ந்த எட்டு மாதங்களுக்குப் பின்பே இக்கவிதை வெளிப்படுகிறது. புயல் வீசிய தருணத்தில் தான் படைத்த கவிதையைப் பின்னாளில் தன் கட்டுரைக்குள் பாரதி பதிந்து பொதிந்துவைத்துள்ளார் என்பதையும் உணர முடிகின்றது. இதனை அதே கட்டுரையில் காணப்படும், புயலடித்த மறுநாள் கணவனும் மனைவியும் பாடுவதாக எழுதிய 'காற்றடிக்குது கடல்குமுறுது' எனத் தொடங்கும் பாடலின் முதற்பகுதியும் உறுதிப்படுத்துகிறது. ('பள்ளியிலே' என்பது 'கூடத்திலே' எனப் பாடமாற்றமும் பெற்றுள்ளது.)

புயல் வீசிய நாள்களை நினைவுகூரும் தங்கம்மாள் பாரதி,

> தாயார் இது கேட்டுச் சிறிது தைரியம் பெற்றார். மழையும் காற்றும் நிற்கவில்லை. தந்தையார் இந்த அற்புதத்தை, சக்தியின் விளையாட்டைக் கண்டு வியந்து, பின்வரும் பாட்டைப் பாடிக்கொண்டு குதிக்கலானார். இப்போதும் எங்களுக்கு அந்தச் சம்பவத்தை நினைக்கும்போது மெய் சிலிர்க்கிறது.
>
> திக்குகள் எட்டுஞ் சிதறி – தக்கத்
> தீம்தரிகிட தீம்தரிகிட தீம்தரிகிட தித்தோம்

(தங்கம்மாள் பாரதி படைப்புகள், ப. 71)

என்று எழுதியிருப்பதும்,

‘திக்குகள் எட்டும் சிதறி’ என்று மழை பெய்வதைப் போல் அப்படியே அபிநயத்தோடு பாடிக் காண்பிப்பார்.

(பாரதி நினைவுகள், ப. 113)

என்று புயலை ஒட்டிய நாள்களில் நடந்த நிகழ்வுகளை விவரிக்கையில் யதுகிரி எழுதியிருப்பதும் புதுவையின் கோரப் புயலை வெளிப்படுத்தும்வகையில் உடன் காலத்தில் எழுதப்பட்ட கவிதையே இது என்பதை உறுதி செய்கின்றன. இப்படியெல்லாம் வெளிப்பட்ட பாரதியின் கவிதைப் பரிமாணம் இன்னமும்கூட இருக்கலாம். எதிர்காலத் தேடலில் வெளிப்படலாம்.

~

ஆங்கிலேய அதிகார வர்க்கத்தின் பிடியிலிருந்து தப்பித்துப் புதுவையைப் புகலிடமாகக் கொண்ட முதன்மையான ஆளுமைகள் நால்வர் அப்போது புதுவையில் வசித்துவந்தனர்.பாரதி, வ.வெ.சு. ஐயர், அரவிந்தர், மண்டயம் ஸ்ரீநிவாஸாச்சாரியார் ஆகிய அந்நால்வரில் அரவிந்தர் வெளியில் வந்து நிவாரணப் பணிகளில் ஈடுபட்டதாகத் தெரியவில்லை. ஆனால் மற்ற மூவரும் மக்கள் பணியில் முன்னின்று உழைத்திருக்கின்றனர்.

பாரதியின் மகள் சகுந்தலா, புதுவையை அடுத்த சேரியில் குடிசைகளின் கூரைகளைக் காற்று அப்படியே தனியாகத் தூக்கிக்கொண்டு போயிருந்ததையும், குடிசைகள் இடிந்து கிடந்ததையும், முழு உடம்பையும் மூடிக்கொள்ளத் துணியில்லாமல் மக்கள் தவித்ததையும், அவர்களுக்குத் தன் தந்தை தம்மால் முடிந்தவற்றைச் செய்வதாக வாக்களித்துவிட்டுத் தமக்கு அறிமுகமான பெரிய மனிதர்கள் மூலமாகவும் தன் சீடர்களின் முயற்சியாலும் அரிசி, பணம் முதலியவற்றைச் சேகரித்துக் கஞ்சி வார்க்கவும் குடிசைகள் கட்டிக்கொடுக்கவும் முயற்சிகள் செய்ததை நினைவுகூர்ந்திருந்தார். (*என் தந்தை பாரதி*, பக். 54,55)

‘சிறுமியின் கண்களால் பார்க்கப்பட்ட பாரதி’ என்று க.நா.சு. பாராட்டியிருப்பாரே, அந்தப் பாரதியின் நினைவுகளை நூலாகப் படைத்த, சுதேசிகள் மூவரில் ஒருவரான மண்டயம் ஸ்ரீநிவாஸாச்சாரியாரின் மகள் யதுகிரி புயலால் பாதிக்கப்பட்ட மக்களுக்குப் பாரதி உள்ளிட்ட சுதேசிகள் ஆற்றிய அரும்பணிகள் பற்றிய ஞாபகங்களைப் பகிர்ந்துகொண்டிருக்கின்றார். வ.வெ.சு. ஐயர் தங்கள் வீட்டிற்கு வந்து, “வெளியில் ஏழைகளின் நிலைமை

வெகுகஷ்டமாக இருக்கும். எங்களாலான உதவியைச் செய்து வருகிறோம்" எனக் கூறியதையும் சுதேசிகள் முதலில் தங்கள் கையில் இருந்த பணம், அடுத்து வசூல் செய்து கிடைத்த பணம் ஆகியவற்றால் ஈசுவரன் தர்மராஜா கோயிலில் கூழ் காய்ச்ச ஏற்பாடு செய்ததையும் குறிப்பிட்டுள்ளார். சுதேசிகள் இறந்தவர்களின் உடல்களை அப்புறப்படுத்த உரியவற்றைச் செய்தனர்; அடிபட்டவர்களுக்குச் சிகிச்சைகள் அளித்தனர்; வீடு வாசல் இழந்தவர்களுக்குத் தேவையான உதவிகளுக்கு ஏற்பாடு செய்தனர்; தொடர்ந்து ஏழைகளுக்கு இரண்டு வேளை கூழ் வார்க்கச் செய்தனர்; கூலிகளோடு கூலிகளாக உழைத்து மக்களுக்காகப் பாடுபட்டனர்; சுதேசிகள் செய்த பணிகளுக்குப் புதுவையில் இருந்த பரோபகாரிகள் துணைநின்றனர் என நடந்தவற்றையெல்லாம் விரிவாக எடுத்துரைத்திருந்தார் (*பாரதி நினைவுகள்*, பக். 106–114).

யதுகிரியின் தங்கை ஆ.ஜி. ரங்கநாயகி நிவாரணப் பணிகளை மேற்கொண்ட சுதேசிகளின் நிலைகளையும் அப்போது நடந்த நிகழ்வுகளையும் நாடகப் பாங்கில் தனது 'பாரதியார் இல்லற நாடகம்' நூலில் வடித்திருக்கின்றார். பாரதியியலில் இந்த நூல் இன்னும் மேலான கவனத்தைப் பெற்றிருத்தல் வேண்டும். கற்பனை கலந்த ஒரு பாரதி வரலாற்று நாடகம் என இதனைப் பலரும் கடந்து சென்றிருக்கின்றனர். ஆனால் இந்நூலுக்கு முகவுரை எழுதிய மண்டயம் ஸ்ரீநிவாஸாச்சாரியார் இதில் உள்ள நிகழ்வுகள் யாவும் நடந்தவையே எனவும், உரையாடல்களில் இடம்பெறுவன உண்மையாகப் பேசப்பட்டனவே எனவும் நாடக வடிவம் மட்டுமே தன் மகள் கைவண்ணம் எனவும் சொல்லியிருக்கின்றார்.

புயலால் பாதிக்கப்பட்ட நலிந்த மக்கள் ஸ்ரீநிவாஸாச்சாரியார் முதலியோர் வசிக்கும் இடத்தில் கூடித் தாங்கள் பசியால் வாடுவதையும் தங்கள் துன்பங்களையும் வெளிப்படுத்தினர். சுதேசிகள் அவர்களுக்கு வேண்டியவற்றைச் செய்யத் தலைப்பட்டு முதலில் கூழ்வார்த்து அளிக்க ஏற்பாடு செய்தனர். கோயிலில் கூழ் வழங்கும் பணிகளைச் சுதேசிகள் மேற்கொண்டிருந்தபோது ஓர் ஏழைச் சிறுவன் பாரதியின்மேல் விழுந்துவிடுகிறான். அது கண்ட ஒரு கிழவன் அந்தச் சிறுவனைப் "பெரியவங்கமேல் விழுகிறாயே! வெளியே போ! உனக்கு நான் கஞ்சி தரமாட்டேன்" எனவும், "பார்ப்பார் மேலே விழுந்ததுமில்லாதே மட்டுமரியாதை இல்லாமே பேசுகிறாயா" எனவும் கூறி அடிக்க முனைய, பாரதி தடுத்து, "காலம் மாறிக்கொண்டு வருகிறது" என்று கிழவனை

நோக்கிச் சொல்லிவிட்டு, சிறுவனை நோக்கிப் "பயப்படாதே! உனக்கு நான் கஞ்சி வயிறு நிரம்பத் தருகிறேன். அஞ்சாமல் இரு" என்று சொல்லிவிட்டுப் "பார்ப்பானை ஐயர் என்ற காலமும் போச்சே" என்ற பாடலைப் பாடிக்கொண்டே சூழ் வார்க்கிறார். (இப்பதிவின் தாக்கத்தில் நெல்லை சு. முத்து தம் 'பாரதி காவியம்' படைப்பில் இக்காட்சியைச் சித்திரித்துள்ளமை குறிப்பிடத்தக்கது.) இந்த நிகழ்ச்சி உள்ளிட்ட அத்தருணத்தில் நிகழ்ந்த பலவற்றை நாடகக் காட்சிக்குள் ஆ.ஜி. ரங்கநாயகி படைத்துள்ளார். (*பாரதியார் இல்லற நாடகம்*, பக். 59, 60)

சுதேசிகள் மூவரும் ஆற்றிய செயல்களை இந்த ஞாபகப் பதிவுகள் உணர்த்துகின்றன. இவையெல்லாம் சம்பவம் நடந்த காலத்தில் உடனிருந்தவர்கள் பிற்காலத்தில் நினைவுகூர்ந்து எழுதியவையாகும்.

~

சம்பவம் நடந்த காலத்திலேயே, செய்யப் பெற்ற நிவாரணப் பணிகள் அனைத்தையும் விரிவாக விளக்கும்வகையிலும், அதில் பங்களிப்புச் செய்தவர்களுக்கு நன்றி தெரிவிக்கும் நோக்கிலும் இப்பணிகளை எல்லாம் பாரதியோடு ஒருங்கிணைத்த வ.வெ.சு. ஐயர் புதுவையிலிருந்து அக்காலத்தில் வெளிவந்த, பாரதிதாசனின் ஆசிரியர்கள் முன்னின்று நடத்திய 'கலைமகள்' என்னும் இதழில் (நவம்பர், டிசம்பர் 1916) மூன்று பக்க அளவில் அறிக்கையாக வெளியிட்டிருந்தார். அந்த அறிக்கையின் தொடக்கம் பின்வருமாறு அமைந்திருந்தது.

> அநல ஸ்ரீ கார்த்திகை மீ 8-ம் வ அடித்த புயற்காற்றினால் ஜனங்களுக்கு நேர்ந்த கஷ்டங்களை இயன்ற அளவு நிவர்த்திக்கும்பொருட்டு நானும் எனது நண்பரும் வசூலித்த பணங்களுக்கும் அரிசிக்கும் செய்த செலவுகளுக்கும் ஒரு விவர ஜாபிதா வெளிப்படுத்தவேண்டியது கடமையாதலால் அடியில் கூறும் விவரங்களைத் தங்கள் அரிய பத்திரிகையில் வெளிப்படுத்த இடம் தரும்படி வேண்டுகிறேன்.

இந்த அறிக்கையில் துன்பப்பட்ட மக்களுக்கு உதவுவதற்காக முப்பத்தைந்து படி அரிசி கொடுத்த கலவை சங்கர செட்டியார், ஐம்பது படி அரிசி அளித்த சீகாழி கிருஷ்ணசாமி செட்டியார் தொடங்கி, பத்து ரூபாய் பணமாகக் கொடுத்த குப்புசாமி முதலியார் தொடங்கி மூன்று ரூபாய் வீதம்

கொடுத்தவர்கள், இரண்டு ரூபாய் வீதம் கொடுத்தவர்கள், ஒரு ரூபாய் வீதம் கொடுத்தவர்கள், எட்டணா வீதம் கொடுத்தவர்கள் முதலியோர் விவரங்கள் விரிவாகக் குறிப்பிடப்பட்டிருந்தன. வசூல் செய்த அரிசி, பணத்திற்கு ஆன செலவு விவரங்களும் அளிக்கப்பட்டிருந்தன. புயலடித்த மறுநாள் காலை தொடங்கிப் பத்துநாள்கள்வரை தினந்தோறும் சுமார் நானூறு ஜனங்கள் வீதம் நாலாயிரம் ஜனங்களுக்குக் கஞ்சி ஊற்றப்பட்ட விவரம் அதிலே இடம்பெற்றிருந்தது. கதியற்று நின்ற ஜனங்களுக்குக் குடிசை கட்டிக்கொள்ள வழங்கிய தொகை விவரம் குறிப்பிடப்பட்டிருந்தது. சாலையில் அழுகிப்போய் ஊருக்கு வியாதி உண்டுபண்ணிக்கொண்டிருந்த 760 காக்கைகளை எடுத்துப்போட்டுப் புதைக்க ஆன செலவு விவரமும் அதில் சுட்டப்பட்டிருந்தது. அறிக்கையின் இறுதியில் இந்த தர்மத்தால் சுகமடைந்த ஜனங்கள் உதவியவர்களுக்குக் கடமைப்பட்டவர்கள் என்பதும் உணர்த்தப்பட்டிருந்தது. வ.வெ.சு. ஐயரின் பதிவு ஞாபகப் பதிவோ பிற்காலப் பதிவோ அன்று. சமகாலப் பத்திரிகைப் பதிவு.

இப்பதிவில்தான் பாரதி நிவாரணப் பணிகளுக்காகச் சேர்ந்து உழைத்ததோடு ஒரு ரூபாய் பணத்தை வழங்கிய விவரமும் இடம்பெற்றிருந்தது. ஒரு ரூபாய் என்பது அன்று சிறுதொகையல்ல. பாரதியின் ஒருநாள் சம்பளம். இன்று அரசு ஊழியர் ஒருநாள் சம்பளத்தை அரசின் நிவாரண நிதிக்கு வழங்குவதற்கு இணையானது இது. இதனைப் பாரதியின் மகள் சகுந்தலா பாரதியின் பின்வரும் கூற்றால் உணரலாம்.

> எதிர் வீட்டை ரூபாய் 12 மாத வாடகைக்குக் கொடுப்பதாகச் சொந்தக்காரர் ஒப்புக்கொண்டு விட்டார். அந்தக் காலத்தில் அப்பாவுடைய மாத வரும்படி 'சுதேசமித்திர'னிலிருந்து நிரந்தரமாகக் கிடைத்து வந்த வருமானம் மாதம் ரூபாய் 30.

(*என் தந்தை பாரதி*, ப. 52)

பாரதி உள்ளிட்ட சுதேசிகள் மூவரும் ஆற்றிய இந்தத் தொண்டினைப் பாரதியின் மகள்கள், ஆச்சாரியாரின் மகள்கள், பாரதிதாசன் ஆகியோர் பிற்காலத்தில் நினைத்துப் பார்த்திருக்கின்றனர்; எழுத்தில் வடித்திருக்கின்றனர்.

இந்தப் பணிகளை முன்னின்று நடத்திய மூவருள் ஒருவரான பாரதியே பிற்காலத்தில் இதனை நினைத்துப் பார்த்து எழுத்தில் வடித்திருந்தால் எப்படி இருந்திருக்கும்?

அதுவும் தான் முதன்முதலாக முயன்று பார்த்த வசன கவிதை வடிவத்தில். கவிஞர் சிற்பி தம் 'பாரதி கைதி எண் 253' என்னும் கவிதை இலக்கியத்தில் பாரதியையே நினைத்துப் பார்க்க வைத்துப் பாரதியின் கூற்றாகவே இந்நிகழ்வைப் பின்வருமாறு வெளிப்படுத்தியிருக்கின்றார்.

அழகிய புதுவை நகரம்
அனுமன் புகுந்த இலங்கையாயிற்று
அய்யரும் நானும்
மண்டையம் ஆச்சாரியாரும்
தண்டினோம் பணம்.

முதல் வேலை
பசித்த ஏழை மக்களுக்கு
கஞ்சி காய்ச்சி வழங்குவது.

செத்த பறவைகள்
மாடு கன்றுகளை அகற்றி
சுத்த மாக்குவது புதுவையை
– இது அடுத்த வேலை.

குடிசைகள் இழந்த
வறுமைக் குடும்பங்களுக்கு
ஒரு கூரை போட்டுக் கொடுப்பது
– இன்னொரு திட்டம்.

புதுவையின்
மக்கள் அரசாக
எம் குழு செயல்பட்டது
மக்களின் நன்றிக் குரல்
மனதை நந்தவனமாக்கியது.

வரவு–செலவுக் கணக்கு
மித்திரனில் வெளியிடப்பட்டது
பொதுப் பணம் அன்றோ ?

(சிற்பி, பாரதி கைதி எண் 253, பக். 129, 130)

ஆய்வாளர்கள் கவனத்தில் அதிகம் படாத இந்த நிகழ்ச்சி சிற்பியிடம் உரிய கவனத்தைப் பெற்றிருக்கின்றது. ஒரே ஒரு சிறு மாறுபாடு. வரவு செலவுக் கணக்கு 'சுதேசமித்திர'னில் வெளிவந்ததாக நமக்குச் சான்று இல்லை.

~

புதுவை நகரிலும் நகரை ஒட்டிய பகுதிகளிலும் பாரதி, ஐயர் முதலியோர் முன்னெடுத்த நிவாரணப் பணிகள் ஒருபுறமிருக்கச்

சுற்றுப்புற ஊர்கள், கிராமங்களில் அங்கங்கிருந்த வசதி படைத்தோரும் நல்லுள்ளம் கொண்டோரும் மக்களைக் காக்கும் நிவாரணப் பணிகளைச் சிறப்பாகச் செய்திருக்கின்றனர். இவ்வாறு செய்யப்பட்ட நிவாரணப் பணிகளையும் உதவி புரிந்த பெருமக்களையும் பாராட்டும்வகையில் பாரதி 'சுதேசமித்திரன்' இதழிலேயே பெயர் குறிப்பிட்டு எழுதியிருக்கின்றார். அரியாங்குப்பம், குறிச்சிக்குப்பம் முதலிய பக்கத்துக் கிராமங் களில் பாதிக்கப்பட்டவர்களின் துயரத்தைப் போக்கும்வகையில் பல இளைஞர்கள் அன்னதானப் பணியை மேற்கொண்டனர். பெரும்பாலான மக்களுக்குக் கோயிலிலும் கல்வீடுகளிலும்தான் படுக்கையாம். பணக்காரர்கள் கஞ்சித்தொட்டி வைத்துக் கஞ்சி ஊற்றினர். இவ்வாறு பொதுவாக நடந்த நிவாரணப் பணிகளை எடுத்துரைத்த பாரதி, சாதி மத வேறுபாடுகள் கடந்து வசதி படைத்த சிலர் எளிய மக்களைக் காப்பாற்றும்பொருட்டு ஆற்றிய சிறப்பான பணிகளைப் பெயர் குறிப்பிட்டுப் பாராட்டியிருக்கின்றார்.

தனுக்கோடியம்மாள்பேட்டையில் ஒரு கடையில் குமாஸ்தாவாக இருந்த உத்தராபதி முதலியார் என்பவர் ஏறத்தாழ 500 பேருக்கு நாள்தோறும் அரைப்படி அரிசி வீதம் கொடுக்க ஏற்பாடு செய்தது, பெருமாள் கோயிலுக்கடுத்த வீட்டில் குடியிருந்த லெ. கிருஷ்ணசாமி செட்டியார் என்பவர் முத்தியாலுப்பேட்டை மக்களுக்குப் பசித்துன்பம் நேராமல் ஒரு மாதம்வரை தரும காரியம் செய்ய ஏற்பாடுகள் புரிந்தது, குறிஞ்சிக்குப்பம், கீரைப்பாளையம் ஆகிய பகுதிகளில் வசித்த செம்படவர்களின் துயரம் துடைக்கப் பொதுக்கூட்டு நிதியிலிருந்து பெருந்தொகையைச் செலவு செய்ய அதன் உதவிக்காரத் தலைவர் நந்தகோபாலு செட்டியார் முயன்றது, ஆலங்குப்பத்தில் வேங்கடேச நாயுடு என்பவர் ஊர்மக்கள் அனைவருக்கும் உணவளித்ததோடு ஏழை மக்கள் வீடு கட்டிக்கொள்ளத் தம் தோட்டத்து மரங்களை எல்லாம் வெட்டிக்கொண்டுபோக அனுமதித்தது, ஹாஜி மஹமதுஹனீப் ஸாஹீப் என்ற பட்டணத்து வியாபாரி முத்தியாலுப்பேட்டை முதலிய இடங்களில் பெரிய அளவில் தர்மங்கள் செய்தது முதலியனவெல்லாம் பாரதியின் பதிவுகளில் இடம்பெற்றுள்ளன.

இத்தகு அறப்பணிகளை ஆற்றி மக்களைக் காத்த சிறந்த உள்ளங்களை, மனிதர்களை இன்று வரலாறு போற்றுகிறதோ இல்லையோ, இன்றைய புதுவை போற்றுகிறதோ இல்லையோ நினைவுகூர வரலாற்றின் சாட்சியாகப் பாரதியின் எழுத்துகள் சுடர்விட்டுக்கொண்டிருக்கின்றன.

~

பாரதியின் புதுவை வாசத்தில்தான் அவர் தன் கவிதை வாரிசான கனக சுப்புரத்தினத்தை இனங்கண்டு கொள்கின்றார். "எழுக புலவ!" என வாழ்த்திச் 'சுதேசமித்திரனில்' பெயர் சுட்டாமல் குறிப்பால் உணர்த்தி அவர் கவிதையை வெளிவரச் செய்து அறிமுகம் செய்கின்றார். கனக சுப்புரத்தினம் பின்னாளில் பாரதிதாசனாகின்றார். பாரதியின் கவிதா மண்டலத்தில் தோன்றித் தனக்கெனத் தனித்த கவிதா மண்டலத்தையும் நிர்மாணம் செய்துகொள்கின்றார். புதுவையில் பாரதிக்குப் பலவகைகளில் உறுதுணையாக விளங்கியிருக்கின்றார். புதுவையைப் புயல் தாக்கிய காலத்தில் கனக சுப்புரத்தினம் ஆலங்குப்பம் என்னும் புதுவையை அடுத்த ஓர் ஊரில் ஆசிரியராகப் பணியாற்றி இருக்கின்றார். புயலில் பாரதிதாசன் சிக்கிக்கொண்டு பட்ட பாட்டையும் அதிலிருந்து அவர் மீண்டு புதுவைக்கு வந்த வரலாற்றையும் சமகாலத்திலேயே பாரதி புயல் குறித்த 'சுதேசமித்திரன்' கட்டுரையில் விரிவாக எடுத்துரைத்திருக்கிறார். பாரதிதாசனின் கவிதையை எடுத்துக்காட்டி வாழ்த்திய பகுதியில் அவரது பெயரைப் பாரதி குறிப்பிடவில்லை. ஆனால் "புலவன்" என்னும் அங்கீகாரத்தைத் தன் எழுத்தில் அவருக்கு வழங்கியிருந்தார். ஆனால் இப்புயல் குறித்த பதிவில் பாரதிதாசனின் இயற்பெயரையும் அன்று அவருக்கு வழங்கிய சாதிப் பின்னொட்டோடு கூடிய வடிவத்தையும் 'சுப்புரத்ந முதலியார்' எனக் குறிப்பிட்டதோடு பாரதிதாசனின் ஆளுமையைக் குறிக்கும் ஒரு முக்கியமான மதிப்பீட்டுத் தொடரையும் அதில் எழுதியிருக்கின்றார். அந்தத் தொடர் "முதலியார் நல்ல தீரன்" என்பதாகும். புலவராகவும் தீரராகவும் பாரதிதாசன் திகழ்ந்த ஆளுமையைப் பிற்கால வரலாறு நன்கறியும். ஆனால் தொடக்க காலத்திலேயே பாரதி அத்தகைய மதிப்பீட்டுச் சித்திரத்தை இந்தப் பதிவில் எழுதியிருக்கின்றார். புயற்சூழலில் பாரதிதாசன் அதனை எதிர்கொண்ட நிலையை "ஆலங்குப்பத்து வாத்தியார் புயற்காற்றை அனுபவித்த கதை" எனத் தலைப்பிட்டே சுதேசமித்திரனில் அவர் எழுதியிருக்கின்றார்.

புதுவைக்கு அருகில் உள்ள ஆலங்குப்பம் என்னும் சிற்றூரில் ஆசிரியராகப் பணிபுரிந்த சுப்புரத்தினம், புயலடித்த இரவில் நால்வருடன் பள்ளிக்கூடத்தின் மேல் தளத்தில் படுத்துக்கொண்டிருந்ததாகவும், காற்றின் வேகத்தைக் கண்டு அங்கிருந்து வெளியில் வந்ததாகவும், ஐவரையும் காற்று தூக்கி எறிந்ததாகவும், சுப்புரத்தினத்தைக் கைப்பிடிச்சுவர் இல்லாத கிணற்றில் தள்ளிவிட்டதாகவும், அதிலிருந்து தப்பித்து அவர் காட்டாமணக்கஞ்செடிகளைப் பிடித்துக்கொண்டு ஒரு பாய்ச்சல் பாய்ந்து சில குட்டிக்கரணங்கள் அடித்து வரப்பொன்றைப்

பற்றிக்கொண்டு, மின்னல் வெளிச்சத்தில் தெரிந்த பெருமாள் கோயில் கல் கட்டடத்தை அடைந்து தப்பித்ததாகவும் பாரதி விவரித்திருந்தார். (*சுதேசமித்திரன்*, 30-11-1916, ப. 8)

பாரதிதாசன் புயலில் சிக்கி மீண்ட நிகழ்வை, அக்காலத்தில் பாரதியோடு உடனிருந்த தங்கம்மாள், சகுந்தலா ஆகிய இருவரும் அவரவர் நினைவிலிருந்தவாறு பிற்காலத்தில் புயல் நிகழ்வைக் குறிப்பிடுகையில் நினைவுகூர்ந்திருக்கின்றனர். பாரதிதாசனும் பிற்காலத்தில் இந்தப் புயல் நிகழ்வைத் தாம் எடுக்க இருந்த பாரதி திரைப்படத்திற்கான கதை உரையாடலில் எழுதியிருந்தார். அந்த உரையாடலின் இரு பகுதிகள், புதுவையைப் புயல் தாக்கிய சூழலில் பாரதி ஆற்றிய பணிகளை எடுத்துரைப்பதாகவும், பாரதிதாசனின் நெஞ்சில் பாரதி பெற்றிருந்த இடத்தை உணர்த்துவதாகவும் அமைந்திருக்கின்றன.

பாரதிதாசனின் அண்ணன் சுப்பராயன் பேசுவதாக அமைந்த பகுதியில், "ஆலங்குப்பத்திலிருந்து வந்தான் – அம்மா என்றான் அண்ணா என்றான். மூன்றாவது – பாரதி சௌக்கியமா என்றான்" எனப் பாரதிதாசன் எழுதியிருந்தார். தந்தையை இழந்திருந்த பாரதிதாசன் தாய் தமையனுக்கு அடுத்த நிலையில் பாரதியை, பாரதியின் நலத்தை எண்ணிய அவர் நெஞ்சத்தின் நிலையை அதில் வடித்திருக்கிறார். பிறிதோர் இடத்தில், "பாரதி கவிஞர் மட்டுமல்லர். தேசபக்தர் மட்டுமல்லர். அவர் தன்னலங் கருதாத மக்களின் தொண்டர் என மக்கள் பேசிக்கொண்டார்கள்" எனவும் எழுதியிருக்கிறார்.

அதே பதிவில் புயற்பொழுதில் களக சுப்புரத்தினம் உடனிருந்த இருவர் உயிரைக் காத்துப் பரோபகாரத்தின் முழு உருவமாகத் திகழ்ந்தார் எனப் பாரதி பாராட்டியதையும் நினைவுகூர்ந்திருக்கிறார். பின் அரவிந்தரிடம் சுப்புரத்தினத்தை அழைத்துச்சென்று அவர் செயலைப் பாரதி எடுத்துரைக்க அரவிந்தர் பாராட்டியதையும் குறிப்பிட்டிருக்கிறார்.

இருபதாம் நூற்றாண்டின் இரு மகாகவிகளுமே இயற்கையின் கொடுஞ்சீற்றத்தில் சிக்கித் தவித்த மனிதர்களைக் காப்பாற்றச் செய்த முயற்சிகளை இந்தப் பதிவுகள் நமக்கு உணர்த்துகின்றன. (1946இல் கவிஞர் மலர் எனும் பாரதிதாசன் குறித்த மலரில் பாரதிதாசனின் வாழ்க்கை வரலாற்றைச் சுருக்கமாக எழுதிய ப. கண்ணனும் இந்த நிகழ்வுகளைக் குறிப்பிடத்தக்க நிலையில் எடுத்துரைத்திருக்கிறார்.)

~

கவிதையாய், பத்திரிகைச் செய்திப் பதிவுகளாய், களப்பணிகளாய் வெளிப்பட்டிருக்கின்றார் பாரதி. இதற்கிடையிலும் வேதாந்த, தத்துவ அலசல்களாகவும் விஞ்ஞானச் சிந்தனைகளாகவும் அவர் கருத்துகளைப் பகிர்ந்திருக்கின்றார். தத்துவ விசாரப் பதிவுகளை யதுகிரி நினைவு கூர்ந்திருக்கின்றார். "சந்திர மண்டலத்தியல் கண்டு தெளிவோம்" எனவும், "சாதாரண வருஷத்து தூமகேது" தோன்றவிருந்த சமயத்தில் "பாரத நாட்டிற் பரவிய எம்மனோர் நூற்கணம் மறந்து பன்னூறாண்டாயின! உனதியல் அன்னியர் உரைத்திடக் கேட்டே தெரிந்தனம். எம்முளே தெளிந்தவர் ஈங்கிலை" என்று தூமகேதுவை விளித்து உன் வரவு நல்வரவாகுமா, அல்வரவாகுமா என வினவியவன், புதிய ஆத்திசூடியில் "வான நூற் பயிற்சிகொள்" எனப் போதித்தவன் புயல் குறித்த செய்திக் கட்டுரையிலும் விஞ்ஞானச் சிந்தனையோடு இணைந்து இழைந்து வானத்திலிருந்து நெருப்பு மழை புதுவைப் பகுதியில் பொழிந்ததாக எழுந்த செய்திகளைக் குறித்து அழகாகப் பின்வருமாறு எழுதியிருக்கின்றான்.

> வானத்திலிருந்து நெருப்புத் துண்டுகள் சில ஸமயங்களில் விழுமென்பது நவீன வான சாஸ்திரம் படிப்பவருக்கு நன்றாகத் தெரிந்த விஷயமே. ஸாதாரண காலங்களில் எரிநக்ஷத்திரங்களாக வந்து விழுந்து காற்றோடு கலந்துபோகிற கோளங்கள், சில ஸமயங்களில் கட்டித் துண்டுகளாக மண்மேல் எரிந்துகொண்டு விழும். புயற்காற்றடித்த இரவில் அவ்விதமான நெருப்புமழை சில இடங்களில் பெய்ததாக வதந்தியுண்டாகிறது. கூடப்பாக்கத்தில் சில மரங்கள் கரிந்துபோயிருப்பதாகவும் மற்றும் சில இடங்களில் மனிதர் உடல் வெந்து போயிருப்ப தாகவும் சொல்லப்படுகிறது. இதில் எத்தனை தூரம் உண்மையோ தெரியவில்லை.

(சுதேசமித்திரன், 11-12-1916)

~

புதுவையைத் துண்டாடிய கோரப் புயலின் விளைவுகளில் ஒன்று, மரங்கள் விழுந்தமை மட்டுமன்று; மரங்களிலே குடியிருந்த எண்ணற்ற காக்கை குருவி முதலியன தெருவெங்கும் – ஊரெங்கும் – இறந்து கிடந்தமையாகும். "காக்கை குருவி எங்கள் சாதி" என்று பாடியவன் உள்ளத்தை அந்தக் காட்சி என்ன பாடுபடுத்தியிருக்கும்? வ.வெ.சு. ஐயர் அறிக்கையில் காக்கைகளை அடக்கம் செய்ய ஆன செலவு விவரமே ஒரு

தனிச் செய்தியாகியிருக்கின்றது. தங்கம்மாள், சகுந்தலா ஆகிய இருவரும் இதனை உணர்ச்சி பொங்க உரைத்திருக்கின்றனர். தன் கையைப் பிடித்துத் தந்தை தெருவில் அழைத்துச் சென்றதையும், ஆயிரக்கணக்கான காக்கைகளும் பறவைகளும் கூட்டம் கூட்டமாகச் செத்துக் கிடந்ததை வழியெல்லாம் கண்டதையும், கண்ணுக்கினிய கருநிறக் காக்கை எனத் தந்தையால் பாடப்பட்ட காக்கைக் கூட்டம் அடியோடு அழிந்து விட்டதைக் கண்டு அழுகையே வந்துவிட்டது என்பதையும் சகுந்தலா நினைவுகூர்ந்திருந்தார் (*என் தந்தை பாரதி*, ப. 54). அழுகை பீறிடப் பாரதியின் இளைய மகள் செய்த பதிவு இப்படி இருக்க, தந்தையுடன் சென்ற மூத்த மகள் அழுகையை அடக்கிக்கொண்டு செய்த பதிவில் "மரங்கள் சாய்ந்ததால் அவற்றில் வசித்திருந்த காக்கைகள், குருவிகள் மற்றும் பலவிதமான பறவைகள் யாவும் கூடுகளுடன் சிதறிக் கிடந்தன" (*தங்கம்மாள் பாரதி படைப்புகள்*, ப. 72) என்னும் காட்சி படிப்பவர் கண்களில் கண்ணீரை வரவழைப்பதாய் அமைந்திருந்தது.

நள வருடப் புயல் குறித்த பாரதியின் எழுத்துகளும், உடனிருந்தவர்களின் ஞாபகப் பதிவுகளும் காட்டும் புயலின் விளைவுகளோடு ஒப்பிட்டுப் பார்க்கத்தக்கதாக 1930 நவம்பர் மாதம் வீசிய புயலைச் சிந்து இலக்கியமாகப் படைத்த எஸ்.ஏ. ராஜாராமின் 'புழல்மாரி விபத்து சிந்து' என்னும் நூல் அமைகிறது. குறிப்பாகப் புயலில் காக்கை, குருவிகள் இறந்துகிடந்த காட்சியோடு இணைத்து நோக்கத்தக்கனவாய்ப் பின்வரும் அடிகள் அமைந்துள்ளன.

> பட்சி பறைவைபாடு பார்க்க சகியாது
> பகரவெந்தனாவால் பாரினில் முடியாது.

பறவைகள் இறந்துகிடந்த காட்சியோடு தொடர்புடையதாகப் பின்வரும் செய்தியை, எஸ்.வி.சகஸ்ரநாமம் குறித்து எழுதும்போது கவிஞர் ரவிசுப்பிரமணியம் பதிவு செய்துள்ளார்.

> பாண்டிச்சேரியில் பாரதி வாழ்ந்த காலத்தில் சுனாமி போல், ஒரு பெரும் கடல் சீற்றமும் புயலும் வந்து ஏராளமானவர்கள் மாண்டுபோகிறார்கள். தனித்தனியே அடக்கம் செய்யவோ எரிக்கவோ முடியாதபடி ஏராளமான பிணங்கள். பத்து இருபதாய்ச் சேர்த்து சேர்த்துக்கொளுத்துகிறார்கள். அந்த நேரத்தில், பாரதி தன் முண்டாசை அவிழ்த்து, அதில் இறந்துபோன பறவைகள், காக்கைகள், குருவிகள் போன்றவைகளைச் சேகரித்துக் கடற்கரை மண்ணில் குழிதோண்டிப்புதைத்துவிட்டு,

நீராடித் திரும்புகிறார். காக்கை குருவி எங்கள் ஜாதி, நீள் கடலும் மலையும் எங்கள் கூட்டம் என்று பாடும் யோக்கியதாம்சம் அவனுக்கே இருந்திருக்கிறது. தான் எழுதிய வரிகளுக்குத் தான் வாழ்ந்த வாழ்வால் அர்த்தம் தந்தவன் பாரதி.

(ஆளுமைகள் தருணங்கள், ப. 68)

இதன் ஆதாரம் பற்றி அவரிடம் வினவியபோது எழுத்தாளர் பிரபஞ்சன் ஒரு சொற்பொழிவில் பகிர்ந்துகொண்டது என்பதை நினைவுகூர்ந்தார். இச்செய்தி பாரதியின் மேன்மையைப் பறைசாற்றுவதாக இருப்பினும் இதன் அடிப்படை மேலும் ஆராய்வதற்குரியது.

முண்டாசில் சேகரித்துப் புதைத்தாரோ இல்லையோ, 'இந்த மாதிரி உற்பாதம் எந்தக் காலத்திலும் கண்டதில்லை' எனப் பெரிய கிழவர்கள் பேசிக்கொண்டதாக இதுகுறித்து மொழிந்திருக்கின்றார் பாரதி.

~

"பஃறுளி ஆற்றுடன் பன்மலை அடுக்கத்துக் குமரிக்கோடும் கொடுங்கடல் கொள்ளும்" ஆழிப்பேரலைச் சீற்றங்களும் சுழன்றடிக்கும் சூறாவளிகளும் புரட்டிப்போடும் பெரும் புயல்களும் மண்ணையும் மக்களையும் விழுங்கிச் செல்லும் வெள்ளங்களும், வான் பொய்த்த வறட்சியால் தோன்றிய பஞ்சங்களும் காலங்காலமாக மனித குலம் எதிர்கொள்ளும் இயற்கைச் சவால்களாகும். இவற்றுக்கு இரையாகியும் இவற்றிலிருந்து தப்பித்தும் மானுடம் மிச்சப்பட்ட வரலாற்றைப் பெரிதும் இலக்கியப் பதிவுகளாலேயே நாம் உணர முடிகின்றது. பல்வகை ஊடகங்களும் தோற்றம் பெறாத இருபதாம் நூற்றாண்டின் தொடக்ககால நிகழ்வுகளை அறிய இலக்கியங்களும் நாளிதழ்கள் உள்ளிட்ட இதழ்களுமே முதன்மை ஆதாரங்களாகின்றன.

தமிழ் மண்ணைப் பாழ்படுத்திய வெள்ளங்களைப் பற்றி வெள்ளம் போலும் பஞ்சங்களைப் பற்றிப் பஞ்சமில்லாமலும் என்று சொல்லும் வகையில் சிந்து, கும்மி என்னும் இலக்கிய வகைப் பெயரைப் பின்னொட்டாய்ப் பெற்ற இலக்கியங்கள் பல தோன்றியுள்ளன. தாது வருடத்தில் ஏற்பட்ட பஞ்சத்தைக் குறித்துத் 'தாது வருடப் பஞ்சக் கும்மி' என்னும் பெயரில் மூன்று புலவர்கள் (அரசர்குலம் சாமிநாதன், கள்ளப்புலியூர் மலைமருந்தன், வெண்ணந்தூர் குருசாமி) இயற்றிய பாடல்கள் எழுந்துள்ளன. 'கர வருடப் பஞ்சக் கும்மி', 'பரிதாபி வருடப்

பஞ்சக் கும்மி' இரண்டையும் வெண்ணந்தூர் அருணாசலம் இயற்றியுள்ளார். இவற்றைப் புலவர் செ. இராசு பதிப்பித்துள்ளார். மேலும் 1924 நவம்பரில் வெளிவந்த மனோரஞ்சித நாயனார் இயற்றிய 'காள யுக்தி வருஷ முதல் நேர்ந்த கடும் பஞ்சச் சிந்து' நூலும் இவ்வரிசையில் எண்ணத்தக்கதாகும்.

வெள்ளப்பெருக்கால் விளைந்த சேதங்களைக் குறித்தும் ஏராளமாக இலக்கியங்கள் தோன்றியுள்ளன. 'திருநெல்வேலியில் நடந்த ஜலப்ரளய பூதவெள்ளச் சிந்து' (வெ.நா. சபாபதி தாசர்), 'கொள்ளிடத்தின் உடைப்பினால் ஏற்பட்ட பரிதாபச் சிந்து' (குமரவேல் நாயனார்), 'பெரும் வெள்ளப் பிரளயச் சிந்து' (கு. வீறப்ப நாய்க்கர்), 'திருச்சி காவேரி வெள்ளச்சிந்து' (டி.எம். ஜன்னபா சாய்பு), 'திரிசிரபுரத்திலும் ஸ்ரீரெங்கத்திலும் கொள்ளிடம் காவேரியில் வெள்ளம் வந்த நடை அலங்கார சிந்து' (கோபாலகிருஷ்ண நாயுடு), 'திருச்சி ஜில்லா விபரீத வெள்ளம்' (ஆ. முருகேசவாண்டையார், டி.எஸ். கணேசன்), 'தென்மேற்கு, காவிரி ஆறுகரைபுரண்ட வெள்ளச்சிந்து' (கோ.ச. விநாயகமூர்த்தி செட்டியார்), 'பவானி காவேரி நதிகளின் வெள்ளச்சிந்து' (அர்த்தனாரிசாமி செட்டியார்), 'காவேரியாற்றின் வெள்ளச்சிந்து' (அர்த்தனாரிசாமி செட்டியார்), 'காவேரி கொள்ளடத்தின் பிரளயம் கோயம்புத்தூர், பவானி, சேலம், திருச்சி ஜில்லாவிலும் வெள்ளத்தால் மடிந்த விபரீத சிந்து' (நா. சபாபதி தாசர்), 'பலவூர் வெள்ளச்சேத பரிதாப சிந்து' (அ. ஆதிமூலநயினார்), 'சீர்காழி தாலூக்கா வடரெங்கம் கொள்ளிடவெள்ளக் கோலாகலச்சிந்து' (ரெங்கராஜா), 'தாங்காத வெள்ளத்தால் கொள்ளிடம் உடைப்பாகி சீர்காழி டவுன் தத்தளித்துமீண்ட சிந்து' (முத்தையா பிள்ளை), 'திருச்சி மதுரை தென்மேற்கு கொள்ளிடங்காவேரி வெள்ளவிபத்துச் சிந்து' (சூளை – மாணிக்க நாயகர்), 'கொள்ளிடப்பெருக்குக் கும்மிப்பாட்டு' (லெக்ஷ்மி அம்மாள்) ஆகியவற்றைக் கோ. ரகுபதியின் "காவேரிப் பெருவெள்ளம் 1924 படிநிலைச் சாதிகளில் பேரழிவின் படிநிலை" என்னும் ஆய்வு நூல் அறியத் தருகின்றது.இத்தகைய நூல்கள் இன்னமும் உண்டு. எம்.கே. ஜானகிராமய்யர் இயற்றிய 'பேருலக வாழ்வை தாழ்மை யாக்கிய பிரவாகச் சிந்து' (1924), நா.லெ. இராமசாமி பிள்ளை இயற்றிய 'சீர்காழி தாலூகா விபரீத வெள்ளத்தின் பரிதாபச் சிந்து' (1924), எஸ்.பி. கிருஷ்ணசாமி றாஜா இயற்றிய 'ரக்தாக்ஷி வருஷத்திய வெள்ளச்சேத சிந்து' (1924), வா. முஹம்மதலி பாவலர் இயற்றிய 'திரிசிரபுரத்தின் காவேரியாற்றில் வந்த வெள்ள விபரீத வேடிக்கைச் சிந்து' (1924) ஆகியனவும் 1924 வெள்ளத்தைக் குறித்தனவே. சம்பை காசிம் சாயபு இயற்றிய

‘பவானியாற்றுப் பெருவெள்ளம்’ என்னும் சிந்து நூலும் ஒரு வெள்ளச் சிந்தே.

1924 காவேரிப் பெருவெள்ளத்தை மையப்படுத்தி ஆராய்ந்த கோ. ரகுபதி வெள்ளம் குறித்த சிந்து இலக்கியங்களைப் பற்றி முடிவுரையில் கருத்துரைக்குமிடத்தில் “கிடைத்திருக்கும் வெள்ளச் சிந்துகளில் *1923*ஆம் ஆண்டு தாமிரபரணி ஆற்றில் ஏற்பட்ட வெள்ளத்தைப் பற்றிப் பாடப்பட்ட பாடல்கள்தாம் முதல் வெள்ளச் சிந்து எனக் கருதலாம்” என்று குறிப்பிட்டுள்ளார் (ப. *101*). எனினும் வெள்ளச் சிந்து இலக்கியங்களின் வரலாறு இன்னும் முன்னதாகவே தொடங்குவதனை அறிய முடிகின்றது. எனது தேடலில் *1906*இல் வெளிவந்த ‘தாரண வருஷத்திய வெள்ளச் சிந்து’ என்னும் நூலை (தாரண ஆண்டு *1884-85*) கண்டறிய முடிந்தது.

பல்லவி

விந்தையைக்கேளீர் தாரணவருடத்தின்
வேடிக்கைப்பாரீர்

அநுபல்லவி

சந்ததமுலகினோர் சாற்றுந்தாரணவருடம்
சார்ந்தஅற்பசிகடை நோர்ந்தபதினைந்தில் விந்

சரணங்கள்

காற்றுயிடிமின்னல் கடுகளவில்லாமல்
பார்த்தயிடத்தில்வானம் பகரவொண்ணாமேகம்

சேர்த்துக்கலந்திரண்டு சனியுடன்சனி யெட்டு
ராத்திரி பகலாக க்ஷாத்திர்யமாய்ப்பெய்த

வருஷத்தினாலே பிரஜைகள்வசிக்கும்
வளவின்முன்னாலே-வெள்ளா

என்று தொடங்கி நடக்கிறது இந்த வெள்ளச் சிந்து. ஆ.இரா. வேங்கடாசலபதி இலண்டன் நூலகத்திலிருந்து கண்டெடுத்துக் கையொடிய எழுதிவந்த வெள்ளச் சிந்து ‘வீராநத்தம் யேரி வுடைந்த சிதம்பர வெள்ளம்’ என்னும் தலைப்பில் பூ.வே. ஆறுமுக முதலியாரால் இயற்றப்பட்டு 1913இல் வெளிவந்துள்ளது. இந்நூல்களை நோக்குகையில் வெள்ளச் சிந்து வரலாற்றின் தொன்மையை அறிய முடிகின்றது. இவ்விலக்கியங்கள் இரண்டு நிலைகளில் தோற்றம் பெற்றுள்ளன. தத்தம் வட்டார அளவிலான பாதிப்புகளைத் தம் அனுபவத்தின் வாயிலாக அறிந்து படைப்பது ஒன்று; நாடளாவிய பாதிப்புகளை நாளிதழ் வழியாகப் படித்தறிந்து படைப்பது மற்றொன்று. ‘புழல் மாரி

விபத்து சிந்து' படைத்த எஸ்.ஏ. ராஜாராம் தம் சிந்து நூலைத் 'தமிழ்நாடு' நாளிதழ்வழி அறிந்து இயற்றியதாக நூலின் முடிவில் பின்வருமாறு குறிப்பிட்டுள்ளார்.

  அமிர்தக் கவிராஜா ராமன் இதை
  அன்புடனே தமிழ்நாடு பேப்பரைகண்டு
  தமியன்கவியாக எழுதி சகலோரும்
  தெரிந்து பாடும்படி அச்சிலிட்டேன்

  புயற்காற்றால் ஏற்பட்ட பேரழிவைக் குறித்து இலக்கியங்கள் மிகுதியாகத் தோன்றவில்லையோ, தோன்றியவை அறியக் கிடைக்கவில்லையோ என்னும் நிலையில் புயல் தொடர்பான இலக்கியங்கள் சிலவற்றையே காண முடிகின்றது. வெங்கம்பூர் சாமிநாதன் இயற்றிய 'காத்து நொண்டிச் சிந்து என்னும் கோணக்காத்துப் பாட்டு' நூலைப் புலவர் செ. இராசு பதிப்பித்துள்ளார். இவ்விலக்கியம் பரிதாபி ஆண்டில் வீசிய புயலைக் குறித்ததாகும். இது பற்றிப் பேசிய பெருமாள் முருகன் 1913ஆம் ஆண்டு இப்புயல் வீசியிருக்கலாம் எனக் குறிப்பிட்டுள்ளார். 'புழல்மாரி விபத்து சிந்து' (எஸ்.ஏ. ராஜாராம் இயற்றியது) என்பது 1930 நவம்பர் 28இல் வீசிய புயற் காற்றின் விளைவைப் பேசுவதாகும்.

  சில ஆண்டுகளுக்கு முன் கஜா புயல் தமிழ் மண்ணைச் சேதப்படுத்திய தருணத்திலும் அதற்கு முந்தைய நிகழ்வுகளிலும் அவை தொடர்பாகத் தங்கள் எழுத்துகளைப் படைத்த எழுத்தாளர்கள் புயல், மழை, பஞ்சம் குறித்து எழுந்த தமிழ் இலக்கியங்களை இணைத்துப் பேசியிருக்கின்றனர்; நினைவு கூர்ந்திருக்கின்றனர். 2009இல் ஒரு மழைநாள் அனுபவத்தை எழுதும்போது மாலன் சற்று விரிவாகவே 'பிழைத்த தென்னந்தோப்பும் இடிந்துபோன வீடும்' என்னும் தலைப்பில் நள வருடப் புயல் விஷயங்களில் ஒன்றிரண்டை இரு பக்கங்களில் எழுதியுள்ளார் (மாலன் – இணையதளம்). 'கஜா புயல் காலத்தில் புயல் காத்துப் பாட்டு' என்று எழுதிய பெருமாள் முருகன், பாரதியின் புயற்காற்று, பிழைத்த தென்னந்தோப்பு, சந்திரிகையின் கதையின் தொடக்கம் ஆகியவற்றைச் சுட்டிச் சென்றுள்ளார் (மின்னம்பலம், 13– 12– 2018). இப்படி இயற்கை ஏற்படுத்தும் பேரழிவுகளின்போதெல்லாம் நினைவுகூரப்படும் நள வருடப் புயல் நமக்குப் பல பாடங்களைப் போதிக்கிறது. பாரதி உள்ளிட்டவர்கள் ஆற்றிய பணிகளைப் போல் பாரதிதாசன் செய்த முயற்சிகளைப் போல் ஒப்புரவுதான் வாழ்க்கையின் அடிநாதம் என்பதை நமக்கு உணர்த்துகிறது. சங்கப் பாடலும் பிறர்க்கென முயலுநர் உள்ளமையால்தான் உலகம் இன்னும் இருக்கிறது என்றுதானே சொல்கிறது.

காற்றெனக் கூற்றம் இங்கே வந்து மண்ணை, மனிதர்களை வேட்டையாடினாலும் மானுடம் ஒன்றுபட்டு அதனை எதிர்கொள்ளும் என்பதைத்தான் புதுவையில் வீசிய புயலும் பாரதியின் வாழ்க்கையும் சுதேசிகளின் முயற்சியும் புதுவையைச் சுற்றியிருந்த ஊர்களின் இளைஞர்களின், நல்ல உள்ளங்களின் மக்கள் நேயத் தொண்டும் நமக்கு உணர்த்துகின்றன; போதிக்கின்றன.

~

பாரதி என்னும் மானுடனின், கவிஞனின் மேன்மையை மேலும் உணர்ந்துகொள்ள உறுதுணையாகும் வரலாற்று நிகழ்வு இந்தப் புயல் நிகழ்வு. பாரதியின் கவிதைகள், கட்டுரைகள், வ.வெ.சு. ஐயரின் சமகால அறிக்கை, நிகழ்வின்போது உடனிருந்த பாரதியின் மகள்கள் தங்கம்மாள் பாரதி, சகுந்தலா பாரதி, மண்டயம் ஸ்ரீநிவாஸாச்சாரியாரின் மகள்கள் யதுகிரி, ஆ.ஜி. ரங்கநாயகி, பாரதிதாசன் ஆகியோரின் நினைவுப்பதிவுகள் ஆகியவை இந்த வரலாற்று நிகழ்வை முழுமைப்பார்வையில் மீட்டுருவாக்கத் துணைநிற்கின்றன. இவை இந்நூலில் நான்கு பகுதிகளாக அமைந்துள்ளன. பாரதிய உலகமும் ஒட்டுமொத்தத் தமிழுலகமும் இந்த மூலப் பதிவுகளால் வரலாற்று உண்மை களில் படிந்து பாரதியின் முழுமையை மேலும் அறியட்டும். இந்நிகழ்வை மேலும் வளப்படுத்தும் ஆதாரங்களை எதிர் காலத்தில் இனங்காண்போரால் இக்களம் செழுமைபெறட்டும். பிரெஞ்சு வெளியுறவு ஆவணக் காப்பகத்திலிருந்து பெற்றதாக ஐந்து வரிச் செய்தியை ஆய்வாளர் ஜெ.பி.பி. மொரே தம் ‘புதுச்சேரி வளர்த்த பாரதியார்’ (ப.122) நூலில் அளித்துள்ளார். புதிய, கூடுதல் செய்திகளைக் கொண்ட ஆவணங்களைக் கண்டறியும் களம் காத்திருக்கின்றது. இப்புயலின் தாக்கத்தைத் தமிழகம் எதிர்கொண்ட விதத்தையும் எவரேனும் ஆவணப்படுத்த முயலலாம்.

~

இந்நூலில் இடம்பெறும் பாரதியின் சுதேசமித்திரன் கட்டுரைகள் குறித்த சிறு பதிப்பு வரலாறு: ‘சுதேசமித்திர’னில் 27-11-1916இல் வெளிவந்த கட்டுரையை முதலில் கண்டெடுத்து வெளியிட்டவர் பாரதியியல் முன்னோடி பெ. தூரன். 28-11-1916, 30-11-1916 ஆகிய நாள்களில் வெளிவந்த இரு பகுதிகளைக் கண்டெடுத்து வெளியிட்டவர் திரு சீனி. விசுவநாதன். 11-12-1916இல் வெளி வந்ததைக் கண்டெடுத்து வெளியிட்டது நான். புதுவையில் வீசிய புயல் தொடர்பான பொருண்மையில் அமைந்த நான்கு

கட்டுரைகளை ஏறத்தாழ 90 ஆண்டு இடைவெளியில் மூவர் முனைந்து தேடி வெளிப்படுத்த வேண்டியிருக்கிறது. வேறு பகுதி ஏதும் எஞ்சியிருந்து அதனை வெளிப்படுத்த எவர் வரப்போகின்றாரோ? பாரதியின் படைப்புகள் அனைத்தும் வெளிப்பட்டுவிடவில்லை என்பதையும், வெளிப்படுத்த எத்தனை முயற்சிகள் தேவைப்படுகின்றன என்பதையும் ஒரு பொருண்மையிலான நான்கு கட்டுரைகளின் பதிப்பு வரலாறே ஆய்வுலகிற்கு உணர்த்தப் போதுமானது என நம்புகின்றேன்.

~

பாரதியிடத்திலிருந்து புதிதாக மூன்று கவிதைகள் கிடைக்க வழி செய்த புயல் ஏற்கெனவே அவர் எழுதியிருந்த கவிதைகள் சிலவற்றை இழக்கவும் செய்திருக்கிறதோ என எண்ண இடமிருக்கின்றது. புயல், பெருமழையில் பாரதியின் வீட்டிலிருந்த எத்தனை கவிதைகள் நனைந்து சேதம் அடைந்தனவோ தெரியாது. ஆனால் பாரதியின் 'அபிமான புத்திரி' யதுகிரி சேகரித்து வைத்திருந்த கவிதைகளின் காகிதப் பிரதிகள் சில சேதமடைந்திருக்கின்றன.

யதுகிரியால் பாரதியியல் பெற்றவை கணிசமானவை. சீனி. விசுவநாதனும் க. கைலாசபதியும் ஒருசேர ஐயம் கொண்ட, நம்ப மறுத்த பாடல் 'இந்தத் தெய்வம் நமக்கனுகூலம்' எனத் தொடங்கும் பாடல். யதுகிரி பிரதிசெய்து வைத்திருந்த காகிதத்திலிருந்தும் நினைவிலிருந்தும் கிடைத்த பாடல் இது. முன்னோடிகள் ஐயமுற்றபோதும் எனது தேடலில் பாரதி வாழ்ந்த காலத்திலேயே சுதேசமித்திரனில் இப்பாடல் வெளிவந்தது கண்டறியப்பட்டு யதுகிரியின் ஞாபகப் பதிவும் கையெழுத்துப் பதிவும் உண்மை என்பது வெளிச்சத்திற்கு வந்தது.

பாரதி தான் எழுதிய கவிதைகள் இடம்பெற்ற காகிதங் களை யதுகிரியிடம் சில நேரங்களில் அளித்துவிடுவது வழக்கம். அப்படிப் பெற்ற காகிதங்களையும், பிரதி செய்து கொண்டவற்றையும் யதுகிரி ஒரு புத்தகத்தில் பாதுகாத்து வைத்திருந்திருக்கிறார். அந்தப் புத்தகம் நள வருடப் புயலில் சுவருக்கு அடியில் சிக்கிச் சேதமான நிலையை யதுகிரியின் பதிவொன்று புயலால் நாம் பாரதி கவிதைகள் சிலவற்றை இழந்திருக்கக்கூடும் என்பதை உணர்த்துகின்றது.

> பாரதியார் இஷ்டமான வேளையில் எங்கள் வீட்டுக்கு வந்துவிடுவார். பல சமயங்களில் அவர் வரும்போது உபாத்தியாயர் சொல்லிக் கொடுத்த பாடங்களைப் படித்துக்கொண்டோ

என் தாய் சொல்லிக்கொடுத்த பிரபந்தங்களைப் பாடிக்கொண்டோ இருப்பேன். ஆனால் பாரதியார் வந்தவுடன் என் கவனமெல்லாம் மாடியிலேயே இருக்கும். மாடியில் அவர் என் தந்தையாரிடம் பாடிக்காட்டும் பாட்டின் முதல் அடியை நானும் அவரைப் போலவே பாட முயற்சிப்பேன். பாரதியார் இதைக் கவனித்துவிட்டால் என்னை மேலே அழைத்துத் தாம் எழுதிவந்த காகிதத்தைக் கொடுத்துவிடுவார்.

இதில் அப்பொழுது எனக்கு ஒரு பெருமையும் தோன்றவில்லை. அவர் கொடுக்கும் காகிதங்களை ஒரு புத்தகத்தில் வைத்திருப்பேன். துரதிர்ஷ்டவசமாக அந்தப் புத்தகம் இப்போது இல்லை. நள வருஷம் கார்த்திகை மாதம் 6ஆந் தேதி (1916) புதுவையில் அடித்த பெரும் புயலில் அந்தப் புத்தகம் ஒரு சுவருக்கடியில் அகப்பட்டு வீணாய்ப் போய்விட்டது.
(பாரதி நினைவுகள், முன்னுரை, ப. xii)

~

இந்நூலில் இடம்பெறும் பிற்கால நினைவுப் பதிவுகளை எழுதிய மதிப்பிற்குரிய திருமதி தங்கம்மாள் பாரதி, திருமதி சகுந்தலா பாரதி, திருமதி யதுகிரி அம்மாள், திருமதி ஆ.ஜி. ரங்கநாயகி அம்மாள், பாரதிதாசன் ஆகியோரை நன்றியோடு நினைவுகூர்வதோடு அந்நூல்களை வெளியிட்ட பெருமக்களுக்கும் நன்றியைப் படைத்து மகிழ்கின்றேன்.

~

இந்நூல் உருவாக்கப் பணிகளில் பலரும் துணைநின்றிருக் கின்றனர். என் அன்பிற்கினிய மாணவர் முனைவர் கு. முதற்பாவலர், என் அன்பிற்கினிய முனைவர் பட்ட ஆய்வு மாணவர்கள் செல்வி ஏ. கவிதா, செல்வி கோ. லோகேஸ்வரி, சு. அசோக்குமார், சி. இளங்கோ, இரா. நவீன்குமார் ஆகியோர் என் குறிப்பறிந்து செயல்பட்டுள்ளனர். உ.வே. சாமிநாதையர் நூலகக் காப்பாட்சியர் (பொறுப்பு), சுவடியியல் வல்லுநர் முனைவர் கோ. உத்திராடம், உலகத் தமிழாராய்ச்சி நிறுவன நூலகர் திரு. இரா. பெருமாள்சாமி ஆகியோரும், புதுதில்லி நேரு நினைவு நூலகத்தாரும் உறுதுணையாய் அமைந்தனர். பாரதியியல் முன்னோடி அறிஞர் பெரியவர் சீனி. விசுவநாதன் அவர்களோடு நூற்பொருள் குறித்துக் கலந்துரையாடியுள்ளேன்.

உலகளாவிய தமிழியல் அறிஞராக – பாரதியியல் வல்லாளராகத் திகழும் பேராசிரியர் ஆ.இரா. வேங்கடாசலபதி அவர்களின் பார்வை இந்நூலை மேம்பட்டு மிளிரச் செய்துள்ளது. பழந்தமிழ் முதல் நவீன இலக்கியங்கள்வரை ஆழங்காற்பட்ட பேரா. பா. மதிவாணன் அவர்களின் பார்வையை இம்முன்னுரை முதல்நிலையில் பெற்றது. இந்நூல் காலச்சுவடு திரு. கண்ணன் அவர்களால் அழகிய முறையில் வெளிவருகின்றது. அச்சாக்கத் தொடர்பில் காலச்சுவடு பா. கலா முருகன் அவர்கள் வழக்கம் போல் தக்கவற்றைச் செய்துள்ளார். என் மனைவி ம. சாந்தி, மகன் ம. நச்சினார்க்கினியன் ஆகியோரும் துணைநின்றுள்ளனர். கடந்த முப்பதாண்டிற்கும் மேலாக என் வாழ்வில் துணை நிற்பவர்கள் உடன் பிறவாச் சகோதரர்களாகிய விழிகள் பதிப்பகம் திரு. தி. நடராசன், திரு. தி. வேணுகோபால் ஆகியோர் ஆவர். நூல் மலரும் இத்தருணத்தில் தொடர்புடைய இவர்களை எல்லாம் நினைந்து அன்பை உரித்தாக்குகின்றேன்.

~

ஆறாயிரம் எழுத நினைந்து அறுபத்தாறே எழுதி முடிக்க முடிந்தவனைப் பற்றி நூறாயிரம் இன்னும் நுவல முடியும்போல் இருக்கிறதே என்னும் எல்லை காண இயலாத வியப்போடு பாரதியில் மீண்டும் ஆழ்கின்றேன்; இதே எண்ணத்தை இந்நூலும் தமிழுலகில் விதைக்கும் என நம்புகின்றேன்.

> பாரதி கவிஞர் மட்டுமல்லர். தேசபக்தர் மட்டுமல்லர்.
> அவர் தன்னலங் கருதாத மக்களின் தொண்டர்
> என மக்கள் பேசிக்கொண்டார்கள்

என்னும் பாரதிதாச நேரடிச் சாட்சியம் வரலாற்று ஆவணமாக இந்நூலை வாசிப்பவர் நெஞ்சங்களிலெல்லாம் நிலைக்கட்டும் என்பதே நூலின் நோக்கமும் நூற்பயனும்.

சென்னை **ய. மணிகண்டன்**

பகுதி 1

'சுதேசமித்திர'னில் பாரதியின் செய்திக் கட்டுரைகள்

1

புதுச்சேரியில் புயற்காற்று

சி. சுப்பிரமணிய பாரதி

இரவு

அநல வருஷம் கார்த்திகை மாதம் 8ஆம் தேதி புதன்கிழமை இரவு புதுச்சேரியில் யுகப் பிரளயத்தைப் போலே யிருந்தது.

நெடும் பொழுதாக – புதன்கிழமை மாலை தொடங்கியே – மழையும் காற்றும் கடுமையாகத்தான் இருந்தன. இடைவிடாத மழை. இடைவிடாத காற்று.

இரவு பதினொரு மணிக்குமேல் பெரிதாக வளர்ந்துவிட்டது. ஊழிக்காற்று; படீல், படீல், படீல்.

வீடுகள் இடிந்து விழுகின்றன; மரங்கள் சாய்கின்றன; காந்த விளக்குக் கம்பி அறுந்து போகிறது. நான்கு சுவர்களும் மேலே விழுந்துவிடும் போலிருந்தன; நல்ல கோட்டை போன்ற வீட்டிலே இருந்தேன். இருந்தாலும் சத்தம் பொறுக்க முடியவில்லை. ஊழிக் காற்று. மருத்துக்களின் களியாட்டம். பேரச்சம்.

வெளியே என்ன நடக்கிறது பார்ப்போமென்று சாளரத்தைத் திறந்தால் மழைநீர் சரேலென்று வெள்ளமாக உள்ளே பாய்கிறது. ஒன்றும் கண்ணுக்குத் தெரியவில்லை. ஒரே பேரிருள். திறந்த சாளரத்தை மூடுவது பிரமப் பிரயத்தனம்.

- *சுதேசமித்திரன்* 27–11–1916, *கால வரிசைப்படுத்தப்பட்ட பாரதி படைப்புகள்*, எட்டாம் தொகுதி, பக். 697–701.

காலைப் பொழுது

கார்த்திகை மாதம் 9-ந் தேதி வியாழக்கிழமை நல்ல பொழுது விடிந்தது. புயற் காற்று நின்றது.

ஊர்க்காரர் வெளியேறி வீதிக்கு வந்தார்கள். புதுச்சேரிப் பட்டணத்தை நேற்றுப் பார்த்த கண்ணுக்கு இன்று அடையாளம் தெரிய இடமில்லை. தெருவெல்லாம் ஒடிந்த மரங்கள். தென்னையும் பூவரசும் வீதிகளில் அதிகம். நூற்றில் எண்பது முறிந்துகிடந்தன. ஓடுகளும் மாடங்களும் கூரைகளும் சேதப் படாத வீடு ஒன்றுகூட நான் பார்க்கவில்லை. சில கூரைகள் நெடுந்தூரந் தள்ளி விழுந்து கிடந்தன. காலையிலே தபால் வரவில்லை. தந்திக் கம்பிகளும் காந்த விளக்குக் கம்பிகளும் அறுந்துபோய்விட்டன. காந்த விளக்குத் தொழிற்சாலையின் தலை விழுந்துவிட்டது. ஈசுவரன் கோயிலின் சிகரம் விழுந்து விட்டது. சுற்று வீதியில் ஏழைக் குடிசைகள் அழிந்து போய்விட்டன. உயிர்ச் சேதமும் நிகழ்ந்திருக்கிறது. தொகை தெரியவில்லை.

இதுவரை கிடைத்த தகவல்

முத்தியால்பேட்டையில் 6000 வீடு நெசவுக்காரருக்குண்டு. அநேகமாக அத்தனை வீட்டிலும் தறி, சாமான் எல்லாம் சேதம். பெரும்பாலும் வீடுகளே சேதம். மொத்த நஷ்டம் கணக்கிட முடியவில்லை. ஜனச் சேதம் அதிகமில்லை.

பாக்கமுடையான்பேட்டையில் கிராமத்தின் பெரும் பகுதி அழிந்துபோய்விட்டது. ஜனச் சேதம் அதிகம்.

அரியாங்குப்பம், குறிச்சிக்குப்பம் முதலிய பக்கத்துக் கிராமங்களி லெல்லாம் ஜனச் சேதமும் வீடு நஷ்டமும் ஏற்பட்டதாகத் தெரிகிறது.

பல வாலிபர்கள் ஜனக் கஷ்டத்தை இயன்ற வரை நீக்கும் பொருட்டாக அன்னதானம் செய்து வருகிறார்கள். இன்றுகூட ஊதலடிக்கிறது.

புயற் காற்றுத் தேவரை வணங்குகிறோம். அவர்கள் உலகத்தில் சாந்தி யேற்படுத்துக.

~

புதன்கிழமை (கார்த்திகை 8-ந் தேதி) ராத்திரி அடித்தது புயற் காற்றில்லை. அது மருத்துத் தேவர்களின் களியாட்டம். தெருவெல்லாம் ஒடிந்த மரம், காடு, தோட்டமெல்லாம் அழிந்த வனம், பயிரெல்லாம் வெள்ளம் போன தரை.

வீடெல்லாம் இடி சுவர்; பல கிராமங்களிலே கூரை வீடுகள் அனேகமாக ஒன்றுகூட மிச்சமில்லையென்று சொல்லுகிறார்கள்.

கடற் பாலத்திலே போட்டிருந்த ஆஸனப் பலகைகளைக் காற்று கொண்டுபோய்விட்டது. கலவை காலேஜில் பெரிய மகிழ மரம் ஒடிந்து விழுந்துவிட்டது. ஜன்னல்கள் சேதம். இன்று வெள்ளிக்கிழமையான போதிலும் காற்றுக்காக ரஜா. பெரிய காலேஜிலும் ரஜா.

அனேகமாக எல்லாக் கச்சேரிகளிலும் ரஜாவே நடந்து வருகிறது. காந்த விளக்குக் கம்பிகளை இப்போதுதான் ஒரு ஓரத்திலே ஒட்டத் தொடங்கி யிருக்கிறார்கள். தெருவில் வெட்டுண்டு கிடக்கும் மரங்களை இன்னும் எல்லா இடங்களிலும் எடுக்கத் தொடங்கவில்லை. பல இடங்களில் காக்கைகள் விழுந்து செத்துக் கிடக்கின்றன. இந்த மாதிரி உற்பாதம் எந்தக் காலத்திலும் பார்த்தது கிடையாதென்று பெரிய கிழவர்களெல்லாம் சொல்லுகிறார்கள்.

ராஜாத் தோட்டம்

இந்த ஊரில் ராஜாத் தோட்டம் ஒன்றிருந்தது. இருந்தது! ஆஹா! என்ன நேர்த்தியான உபவனம்! வாயு அந்தத் தோட்ட முழுதையும் அழித்துவிட்டான். மரங்களெல்லாம் கையாலே ஒடிக்கப்பட்ட கரும்பைப் போலே ஒடியுண்டிருக்கின்றன.

காடு

ஊரைச் சுற்றிலும் காடு. குக்கிராமங்கள் ஜலத்துக்குக் கீழே; இங்கே பஞ்சம். வாழைத் தோட்டங்களை இழந்தோர் பலர். வெற்றிலைத் தோட்டமிழந்தவர் பலர்.

நேற்றுப் பகலில் கலவைப் பங்களாவுக்கு எதிரே வயல் நடுவிலுள்ள ஒரு திட்டை மேலே ஏழெட்டுப் பேர் நின்று கொண்டிருந்தார்கள். சுற்றிலும் தண்ணீர். ராத்திரி மழைக் கெல்லாம் அந்தத் திட்டை வெளியிலே நின்று விறைத்தார்கள். பகலிலே ஆட்கள் போய் நீரிலே நீந்தி இழுத்துக்கொண்டு வந்தார்கள்.

தண்ணீரில் எத்தனை ஜனங்கள், எத்தனை ஆடு மாடுகள் மிதந்து போயிருக்கக்கூடுமோ? கணக்குத் தெரிய இடமில்லை.

விறகு வெட்டிகளுக்கு நல்ல லாபம். ஒரு தென்னை மரத்தை வெட்டித் தள்ளினால் இரண்டு ரூபாய் கூலி. வீடு காப்புக்காக அபாயமாகத் தோன்றும் தென்னை மரங்களை யெல்லாம் வெட்டுகிறார்கள்.

அயலூர்ச் செய்திகள்

இன்று வெள்ளிக் கிழமை. வடக்கிருந்தும் தபால் வரவில்லை. தெற்கிருந்தும் வரவில்லை. இந்த வூர்த் தபால்கூட வெளியே இதுவரை அனுப்பவில்லை என்று தபால் ஆபீஸ் குமாஸ்தா சொல்லுகிறார். நாகப்பட்டணத்திலும், சென்னப்பட்டணத்திலும் சேதங்களுண்டு. இன்று பரதேசித் தபால் வரத் தொடங்குகிறது.

சுற்றுக் கிராமங்கள்

ரெட்டியார்பாளையம், அரியாங்குப்பம், வில்லியனூர் என்ற கிராமங்களிலிருந்து நகர வைத்தியசாலைக்குப் புண்பட்டோரும், இறந்தோருமாக 108 பேர் நேற்று மாலைவரை வந்ததாகத் தெரிகிறது.

அன்னதானம்

அன்னதானம் பல இடங்களில் நடக்கிறது. கஞ்சி விடுகிறார்கள். கஷ்ட நிவர்த்தி போதாது. ஏழை ஜனங்களின் கஷ்டங்கள் பொறுக்கக்கூடிய நிலைமையிலே இல்லை. தெய்வந்தான் ரக்ஷிக்க வேண்டும்.

~~

2

புதுச்சேரி

ஸ்ரீ சுப்பிரமணிய பாரதி எழுதுகிறார்:

முத்தியாலுப்பேட்டை: புதுச்சேரிக்கு வடக்குப்புறம்; தொடர்ச்சியாக வீடுகள்; சுமார் 5000 தறிகள் வேலை செய்தன. அத்தனை தறியும் பாழ்.

ஊரிலே சுமார் 10,000 ஜனங்களிருக்கலாம். அதில் மூன்றி லிரண்டு பங்கு நெசவுத் தொழில் செய்பவர். முத்தியாலுப்பேட்டையில் நெய்யப்படும் லுங்கிகள் என்ற மகமதிய ஆடை சிங்கப்பூர் முதலிய வெளி தேசங்களுக்கு ஏற்றுமதி யாகிறது.

முக்கால் வாசி ஜனங்களுக்குக் கோயிலிலும் கல் வீடுகளிலும் படுக்கை. பணக்காரர் வீட்டில் கஞ்சித் தொட்டிகள் வைத்துக் கஞ்சி யூற்றுகிறார்கள். மண் வீடுகளில் ஒன்றுகூட ப் பிழைக்கவில்லை.

ஜனங்கள் பசியால் மடிந்து போகாதபடி பணக்காரர் காப்பாற்றுகிறார்கள்.

எனவே, முத்தியாலுப்பேட்டைப் பணக்காரர் கூடிய வரை தர்மிஷ்டரென்று தெரிகிறது.

முத்தியாலுப்பேட்டையிலே உட்பகுதிகளாகப் பல கிராமங்கள் இருக்கின்றன. தனுக்கோடி யம்மாள்பேட்டை என்ற பகுதியில் ஒரு பெரிய புண்ணியவானுடைய கடையில் குமாஸ்தாவாக

- *சுதேசமித்திரன்* 28–11–1916, *கால வரிசைப்படுத்தப்பட்ட பாரதி படைப்புகள்*, எட்டாம் தொகுதி, பக். 701–703.

இருக்கும் உத்தராபதி முதலியார் என்பவர் அங்குள்ள ஜனங்கள் சுமார் 500 பேருக்கும் நாள்தோறும் அரைப்படி அரிசி வீதம் கொடுக்க ஏற்பாடு செய்து வருகிறார்.

பெருமாள் கோயிலுக்கடுத்த வீட்டில் குடியிருக்கும் லெ. கிருஷ்ணசாமி செட்டியார் என்பவர் அங்குப் பல தர்ம காரியங்களிலே சம்பந்தப்பட்டிருக்கிறார். ஒரு மாஸம் வரையிலும் இந்தத் தர்மங்களை நீட்டித்துக் கொண்டுபோக முடியுமென்றும், முத்தியாலுப்பேட்டையில் ஜனங்களுக்குப் பசித்துன்பம் நேர இடமிரா தென்றும் அவர் சொல்லுகிறார்.

பெருமாள்பேட்டை: அத்தனையும் கூரை வீடு; அத்தனையும் தரையோடே. இப்படியே முத்துவேல்பேட்டை முதலிய பல கிராமங்களின் கதியென்று தெரிகிறது.

சோலைத்தாண்டவன் குப்பத்தில் 500 வீடுகளிருக்கலாம். ஏழெட்டுக் கல் வீடுகளைத் தவிர மற்றதெல்லாம் தரை மட்டமாகி விட்டன. 11 மனிதரைக் கடல் வாரிக்கொண்டுபோய்விட்டது. கடலோரத்தில் தோப்பில் குடிசை கட்டிக்கொண்டு வாழ்ந்தார்கள். காற்றுத் தூக்கிக் கடலிலே எறிந்தது. பிரேதங்கள் இன்னும் அகப்படவில்லையாம்.

'இதைப் பற்றி ஏதாவது தெரியுமா?' என்று கேட்டபோது இறந்தவர்களின் பந்துவாகிய கிழவி சொன்னாள்: "எனக்குத் தெரியும் எழுதிக்கொள்ளுங்கள்" என்றாள்.

சோலைத்தாண்டவன் குப்பத்திலிருந்து கடலோரமாகத் தெற்கு நோக்கிப் புதுச்சேரிக்குத் திரும்பி வரும் வழியிலே குறிஞ்சிக்குப்பம். இங்கே செம்படவர் வசிக்கிறார்கள். இவர்களுக் கேற்பட்ட கஷ்டங்களின் நிவர்த்திக்காக ரூபா 11,000 பொதுக்கூட்டு நிதியிலிருந்து எடுத்துச் செலவு செய்யப்போவ தாகக் கேள்வி. கீரைப்பாளையத்துச் செம்படவர்களுக்கும் இந்த நிதிப் பணம் உபயோகப்படுமென்று தோன்றுகிறது. உதவிக்காரத் தலைவராகிய நந்தகோபாலு செட்டியார் இந்த இரண்டு குப்பங்களின் கஷ்ட நிவர்த்தியிலே கருத்துச் செலவிடுவதாகக் கேள்வி. ஆலங்குப்பத்திலிருந்து மிகவும் பரிதாபமான செய்தி வருகிறது.

இவ் விஷயத்தை அடுத்த லிகிதத்திலே தெரிவிக்கிறேன்.

~~

3

புதுச்சேரி

ஸ்ரீ சி. சுப்பிரமணிய பாரதி எழுதினது

புதுச்சேரிக்குத் தென்மேற்கே இரண்டு மைல் தூரத்தில் தேங்காய்த்திட்டு என்றொரு கிராமம். அங்குத் தென்னை மரம் அதிகம். புயற் காற்று தென்னை மரத்துக்கும் காக்கைக்கும் முக்யப்பகையாக வந்தது. கிராமத்தில் பெரிய சேதம். எட்டுப் பேர் இறந்து போய்விட்டார்கள்; அத்தனை பேரும் ஒரே குடும்பம். வீடு விழுந்துவிடும் போலிருந்தது. எல்லாரும் வெளியேறினார்கள். காற்று வாரிக்கொண்டு போய்விட்டது. அவர்களில் பெருமாள் என்பவன் கஸரத்து செய்தவன். நல்ல பலசாலி. உடம்பு பார்த்தால் பீமனைப் போலிருக்கிறது. இவனை வாயு கழனியிடையே எறிந்தான். அந்த வீழ்ச்சியிலே பெருமாள் இறந்து போனான். நாராயணஸாமி என்ற ஒருவன் மாத்திரம் சாகவில்லை. இவன் விழுந்து கிடந்த பூவரசு மரமொன்றை இறுகத் தழுவிக் கொண்டு பிழைத்திருந்தான். காலையில் இவனுக்குப் பயித்தியமோ, ஞானமோ பிடித்துக்கொண்டது. எப்போதும் 'முருகா, முருகா' என்று சொல்லுகிறான். வேறு ஞாபகமில்லை. ஞாயிற்றுக் கிழமையன்று கெப்ளே ஆலையிலும், திங்கட் கிழமையன்று ரொதியே ஆலையிலும் கவர்னர் வந்து பார்வை யிட்டாராம். குசப்பாளையம் ஆலைக்குக் கொஞ்சம் பலமான சேதமென்று தெரிவிக்கப்படுகிறது. ஸலானா

• *சுதேசமித்திரன்* 30-11-1916, ப.8.

ஆலையில் வேலையாட்கள் வேண்டி, வீதியிலே நின்றுகொண்டு வருவார் போவாரைக் கூப்பிடுகிறார்கள். ஆள் வேலைக்கு ஒப்புக்கொண்டால், அவன் கையில் ஒரு முத்திரைச் சீட்டு (டிக்கட்) கொடுக்கிறார்கள். முத்திரையைக் காட்டி உள்ளே வேலை செய்ய வேண்டும். வெளியேறும்போது முத்திரையைக் கொடுத்தால் 6 அணா கூலி கையிலே கொடுக்கிறார்கள்.

ஆலங்குப்பத்து வாத்தியார் புயற்காற்றை அனுபவித்த கதை

புதுச்சேரிக்கு வடமேற்கே சுமார் 4 மைல் தூரத்தில் ஆலங்குப்பம் என்ற கிராமம். அந்த ஊர் ஸர்க்கார்ப் பள்ளிக் கூடத்திலே சுப்புரத்ந முதலியார் என்றொரு வாத்தியார். இந்த முதலியாரும் மூன்று இளைஞரும் ஒரு கிழவனுமாக ஐந்து பேர் புயற் காற்றடித்த புதன்கிழமையிரவில், மேற்படி பள்ளிக்கூடத்து மெத்தையில் படுத்துக்கொண்டிருந்தார்கள். காற்று வந்தது; மெத்தை ஜன்னல் கதவுகள் எட்டிரண்டு பதினாறும் ஏக காலத்தில் வெடித்து விழுந்தன. மேற்கூரை விழத் தொடங்கிற்று. கட்டிடம் கொஞ்சம் அசைந்தது. இவர்கள் பயந்து மேற்படி கட்டிடத்தை விட்டு வெளியேறி ரஸ்தாவுக்கு வந்தார்கள். காற்று தூக்கிக் கொண்டு போய்விட்டது. கிழவனை ஒரு ஓடையிலே கொண்டு போட்டது. அவனை ஓடை நீர் அடித்துக் கொண்டுபோய், அங்கிருந்து சுமார் 5 மைல் தூரமுள்ள ஆப்பெரும்பட்டு என்ற கிராமத்தில் ஒதுக்கிற்று. மறுநாள் பகலிலே பிணத்தை ஆலங்குப்பத்துக்குக் கொண்டு வந்தார்கள்.

வாத்தியார் சுப்புரத்ந முதலியாரைக் கழனியிடையே கைப்பிடிச் சுவர் இல்லாத மட்டக் கிணறொன்றிலே தள்ளி விட்டது. முதலியார் நல்ல தீரன். அப்படி யிப்படித் துழாவிப் பக்கத்திலிருந்த ஒரு காட்டாமணக்கஞ் செடியைப் பிடித்துக் கொண்டார். ஆலமரங்களை அழித்த காற்று சில ஆமணக்கஞ் செடிகளை விட்டிருக்கிறது. ஒடிந்து விழுந்த தென்னை மரத் தடியிலே எறும்புகள் சாகாமலிருப்பதையுங் கண்டார். காட்டாமணக்கஞ் செடி முதலியாரைக் காப்பாற்றி வைத்தது. காலும் உடலும் கீழே போகிறது. முதலியாருக்கு ‘இது கிணறு’ என்ற ஸ்மரணை ஏற்பட்டது. உயிரை வேண்டி ஒரு பாய்ச்சல் பாய்ந்து, பிறகு நாலைந்து குட்டிக்கரணங்கள் காற்றினிடம் பழகிக்கொண்ட பிறகு, ஒரு வரப்பைப் போய்ப் பிடித்துக் கொண்டார். சிறிது நேரம் அதைப் பற்றியிருந்த பின்பு ஒரு மின்னலுண்டாயிற்று.எதிரே பெருமாள் கோயில் கல்லுக் கட்டிடம் தெரிந்தது; அதிலே போய்ச் சேர்ந்துகொண்டார். மற்ற மூன்று இளைஞரும் பல விதங்களிலே உயிர்தப்பிவிட்டார்கள்.

ஒரு தருமவான்

மேற்படி ஆலங்குப்பத்தில் ஸ்ரீ வேங்கடேச நாயுடு என்றொரு புண்ணியவான், அவர்தான் கிராம முழுமைக்கும் சோறு போடுகிறார். அவருடைய தோட்டத்து மரங்களை யெல்லாம் வெட்டிக்கொண்டு போய் ஏழைகள் வீடு கட்டிக்கொள்ளும்படி உத்திரவு செய்துவிட்டார். வியாழக்கிழமை பொழுது விடியு முன்பாகவே, சிறிது காற்றடங்கினவுடன் மேற்படி நாயுடு தமது ஜனங்களுடன், தீவர்த்திகள் எடுத்துக்கொண்டு மூலைக்கு மூலை பரிசோதனை செய்து, குளிரால் விறைத்துக் கிடந்தவர்களுக்கு அனல் காட்டி உயிர்ப்பித்தார்; காயம் பட்டவர்களுக் கெல்லாம் மருந்து கட்டி, ஸம்ரக்ஷணை செய்துவருகிறார். இடத்துக்கிடம் இவ்விதமான செல்வர் பலரிருந்து மேலான தர்மங்கள் செய்து வருகிறார்கள். புயற் காற்றினாலே செல்வருக்கு ஏழைகள் விஷயத்தில் அன்பும் தெய்வ பக்தியும் பல மடங்கு அதிகமாகப் பெருகியிருக்கிறது. பொதுவாகவே, நமது நாட்டுச் செல்வரெல்லாம் நல்லவர்கள். அங்கங்கே சில லோபிகள் இருப்பது ஸஹஜம். ஆனால், பெரும்பகுதி நமது நாட்டுச் செல்வர் ஈவிரக்கமும் தயாள சிந்தையும் உடையவர்கள். ஏழைகள் துன்பத்தைத் தம்மால் இயன்றவரை தீர்த்துக்கொண்டுதான் வருகிறார்கள்.

ஏழைகளைச் செல்வர் காப்பாற்றினால், செல்வரைத் தெய்வம் காப்பாற்றும்.

~ ~

4

புயற்காற்று

ஸ்ரீ சி. சுப்பிரமணிய பாரதி எழுதுவது

வெள்ளிக்கிழமை; திருக்கார்த்திகை.

முதலாவது குடிசைகள் வேண்டும். குடிசையில்லாமலும் பிழைப்பில்லாமலும் சில ஜனங்கள் குடியோடிப் போவதாக முத்யாலுப்பேட்டை முதலிய இடங்களிலிருந்து செய்தி கிடைக்கிறது.

சில இடங்களில் தரையோடு கிடக்கும் மரங்களை வெட்டும்போது அடியிலே மனிதவுடல் அகப்படுகிறது. வெள்ளவாரிப் பக்கத்தில் மரத்தடியில் ஒரு குழந்தையின் கால் அகப்பட்டது. உடலில் மற்றப் பகுதி காற்றிலே போய்விட்டது. முத்தியாலுப்பேட்டையிலும், மரத்தை ஏலத்தில் எடுத்தவர் வெட்டிப் பார்க்கும்போது கீழே குழந்தையுடல் கிடந்தது.

நெல்லித்தோப்பு

நெல்லித்தோப்பு என்ற கிராமம் புதுச்சேரிக்கு மேற்கே இரண்டு மைல் தூரத்திலிருக்கிறது. இங்கு புயற்காற்றுக்கு முன்னிருந்த வீடுகளின் தொகை சுமார் 450. இவற்றில் அடியோடே அழிந்துபோன வீடுகள் 50. சேதப்பட்டன பல. ஜனச்சேதம் 5 பேர்.

• சுதேசமித்திரன், 11-12-1916, ப.6
• இக்கட்டுரை இந்நூலாசிரியரால் முதன்முறையாகக் கண்டறியப்பட்டதாகும்.

3 ஸ்திரீ; ஒரு குழந்தை, ஒரு மனிதன். அனைத்துமிழந்து, நிர்க்கதி யாக நிற்போரின் தொகை ஐம்பதுக்கு மேலுண்டு. கால்நடைச் சேதம் 26க்கு மேல். பெரும்பாலும் ஒரே மிராசுதாரின் உடைமை.

அங்கிருந்து மேற்கே சுமார் ஒன்றரை மேல் தூரம் போனால்,

உழவர்கரைப் பறைச்சேரி

என்ற கிராமம். இவ்வூரில் புயற்காற்றுக்கு முன்னிருந்த வீடுகள் சுமார் 300. இப்போது மிச்சமிருப்பது 4. மற்ற 296 வீடும் காற்றிலே போய்விட்டன. ஜனச்சேதம் 4 பேர். ஒரு மனிதன், 2 ஸ்திரீகள், ஒரு குழந்தை.

கருவடிக்குப்பத்துப் பறைச்சேரி

முத்தியாலுப்பேட்டைக்கு மேற்கே கருவடிக்குப்பம். இதை ஜனங்கள் கரடிக்குப்பம் என்று சொல்வார்கள். இங்குள்ள வீடு தொண்ணூறு. அந்தத் தொண்ணூறும் புயற்காற்றிலே அழிந்து போயின. புயற்காற்றுக்கு மறுநாள் புதுச்சேரியில் இலேசான மழை பெய்தது. அந்த மழை கருவடிக்குப்பத்தில் பலமாகப் பெய்ததாகவும், அதனால் சில கால்நடைகள் மடிந்ததாகவும் தெரிகிறது.

உபகாரம்

முத்தியாலுப்பேட்டையிலும் வேறு சில இடங்களிலும் ஸ்ரீ ஹாஜி மஹமதுஹனீப் ஸாஹீப் என்ற பட்டணத்து வியாபாரியின் தர்மங்கள் பிரபலமாக நடக்கின்றன. இவருடைய வியாபார ஸ்தலத்துக்கெதிரே (முத்யாலுப்பேட்டையில்) புயற்காற்றுக்கு மறுநாள் விடியற்காலத்தில் ஏழைகளுக்குக் கஞ்சி வார்க்கும் பொருட்டாக மூட்டிய அடுப்பு இன்னும் அவிக்கவில்லை. வேறு பல ஜனோபகாரிகள் தத்தம்மால் இயன்ற உதவி செய்து வருகிறார்கள்.

'வீடு'

பள்ளத்து வீதியில் புயற்காற்றடித்தபோது ஒரு கிழவன் மரம் விழுந்து செத்துப்போனான். அவன் வீட்டைப் பார்க்கப்போனபோது வழியெல்லாம் இடிசுவர். இடி சுவர்களைத் தாண்டி அப்பாலே போனால், அங்கே அந்தக் கிழவன் மனைவி தன்னுடைய "வீடு இதுதான்" என்று காண்பித்தாள். ஒரே ஒரு சிறிய கதவும், அதன்மேலே இரண்டு தென்னை மரங்களும் விழுந்து கிடந்தன. அதுதான் வீடு. வீடே அவ்வளவுதான். மற்ற மண்பொடியெல்லாம் காற்றிலும் மழையிலும் போய்விட்டது. அந்த ஒற்றைக் கதவு மாத்திரம் தென்னை மரங்களின் பாரத்தால் பறந்து போகவில்லை.

காற்றென வந்தது கூற்றம்

சிறு களவு

குடிசைகள் விழுந்தவுடனே மண்பாண்டங்கள் நொறுங்கிப் போயின. எனினும் சில இடங்களில் துணி மூட்டையுமிஞ்சி யிருந்தது. அது களவு போனதாகப் பல ஏழை வீடுகளில் துலங்குகிறது! புயற்காற்று, களவை அடித்துக்கொண்டு போக வில்லை.

நெருப்பு மழை

வானத்திலிருந்து நெருப்புத் துண்டுகள் சில ஸமயங்களில் விழுமென்பது நவீன வான சாஸ்திரம் படிப்பவருக்கு நன்றாகத் தெரிந்த விஷயமே. ஸாதாரண காலங்களில் எரி நக்ஷத்திரங் களாக வந்து விழுந்து காற்றோடு கலந்து போகிற கோளங்கள், சில ஸமயங்களில் கட்டித் துண்டுகளாக மண்மேல் எரிந்து கொண்டு விழும். புயற்காற்றடித்த இரவில் அவ்விதமான நெருப்புமழை சில இடங்களில் பெய்ததாக வதந்தி யுண்டாகிறது. கூடப்பாக்கத்தில் சில மரங்கள் கரிந்து போயிருப்பதாகவும் மற்றும் சில இடங்களில் மனிதர் உடல் வெந்து போயிருப்பதாகவும் சொல்லப்படுகிறது.இதில் எத்தனை தூரம் உண்மையோ தெரியவில்லை.

~~

பகுதி 2

பாரதி படைத்த கவிதைகள்

1
புயற் காற்று

(நள – கார்த்திகை – 8உ புதன்கிழமை யிரவு)
ஒரு கணவனும் மனைவியும்

மனைவி சொல்லுகிறாள்:

காற்ற டிக்குது கடல் குமுறுது
கண்ணை விழிப்பாய் நாயகனே,
தூற்றல் கதவு சாளர மெல்லாந்
தொளைத்த டிக்குது பள்ளியிலே.

கணவன் சொல்:

வானஞ்சி னந்தது; வைய நடுங்குது;
வாழி பராசக்தி காத்திடவே
தீனக் குழந்தைகள் துன்பப் படாதிங்கு,
தேவி யருள்செய்ய வேண்டு கின்றோம்.

நேற்றிருந் தோமந்த வீட்டினி லேயிந்த
நேர மிருந்தா லென்படுவோம்?
காற்றென வந்தது கூற்றமிங்கே நம்மைக்
காத்தது தெய்வ வலிமையன்றோ?

• 22-11-1916. ஆதாரம்: கையெழுத்துப் பிரதி.
கால வரிசைப்படுத்தப்பட்ட பாரதி படைப்புகள், எட்டாம் தொகுதி, ப. 696.

2
பிழைத்த தென்னந் தோப்பு

வயலிடை யினிலே – செழுநீர்
மடுக்கரை யினிலே
அயலெவரு மில்லை – தனியே
ஆறுதல் கொள்ளவந்தேன்   1

காற்ற டித்ததிலே – மரங்கள்
கணக்கிடத் தகுமோ?
நாற்றி னைப்போலே – சிதறி
நாடெங்கும் வீழ்ந்தனவே!   2

சிறிய திட்டையிலே – உளதோர்
தென்னஞ் சிறுதோப்பு.
வறியவ னுடைமை – அதனை
வாயு பொடிக்கவில்லை.   3

வீழ்ந்தன சிலவாம் – மரங்கள்
மீந்தன பலவாம்.
வாழ்ந்திருக்க வென்றே – அதனை
வாயு பொறுத்துவிட்டான்.   4

தனிமை கண்டதுண்டு – அதிலே
ஸார மிருக்குதம்மா!
பனிதொ லைக்கும்வெயில் – அதுதேம்
பாகு மதுரமன்றோ?   5

இரவி நின்றதுகாண் – விண்ணிலே
இன்ப வொளித்திரளாய்
பரவி யெங்கணுமே – கதிர்கள்
பாடிக் களித்தனவே.   6

* 27-11-1916(?); ஆதாரம்: கையெழுத்துப் பிரதி.
  கால வரிசைப்படுத்தப்பட்ட பாரதி படைப்புகள், எட்டாம் தொகுதி, பக். 709, 710.

நின்ற மரத்திடையே – சிறிதோர்
 நிழலினி லிருந்தேன்.
என்றுங் கவிதையிலே – நிலையாம்
 இன்ப மறிந்துகொண்டேன். 7

வாழ்க பராசக்தீ – நினையே
 வாழ்த்திடு வார்வாழ்வார்
வாழ்க பராசக்தி! – இதையென்
 வாக்கு மறவாதே. 8

3
மழை

திக்குக்கள் எட்டும் சிதறி – தக
    தீம்தரிகிட தீம்தரிகிட தீம்தரிகிட தீம்தரிகிட
பக்க மலைகள் உடைந்து – வெள்ளம்
    பாயுது, பாயுது, பாயுது, தாம்தரிகிட
தக்கத் ததிங்கிட தித்தோம் – அண்டம்
    சாயுது, சாயுது, சாயுது, பேய்கொண்டு
தக்கை யடிக்குது காற்று – தக்கத்
    தாம்தரிகிட, தாம்தரிகிட, தாம்தரிகிட தாம்தரிகிட 1

வெட்டி யடிக்குது மின்னல் – கடல்
    வீரத் திரைகொண்டு விண்ணை யடிக்குது
கொட்டி யிடிக்குது மேகம் – கூ
    கூவென்று விண்ணைக் குடையுது காற்று,
சட்டச்சட சட்டச்சட டட்டா – என்று
    தாளங்கள் கொட்டிக் கனைக்குது வானம்
எட்டுத் திசையும் இடிய – மழை
    எங்ஙனம் வந்ததடா தம்பி வீரா! –
தக்கத்தக தக்கத்தக தித்தோம்! 2

- *சுதேசமித்திரன்*: 12–7–1917, ப. 8.
- 'மழை' என்னும் கட்டுரையில் வேணு முதலி பாடுவதாக இப்பாடல்கள் ஆங்காங்கு இடம்பெற்றுள்ளன.

அண்டம் குலுங்குது தம்பி – தலை
 யாயிரந் தூக்கியச் சேடனும் பேய்போன்
மிண்டிக் குதித்திடு கின்றான் – திசை
 வெற்புக் குதிக்குது வானத்துத் தேவர்
செண்டு புடைத்திடு கின்றார் – என்ன
 தெய்விகக் காட்சியைக் கண்முன்பு கண்டோம்
கண்டோம், கண்டோம், கண்டோம் – இந்தக்
 காலத்தின் கூத்தினைக் கண்முன்பு கண்டோம்!
 தக்கத்தகத் தக்கத்தக தித்தோம்.   3

பகுதி 3

நிவாரணப் பணிகள்:
வ. வெ. சு. அய்யர் அறிக்கை

வ.வெ.சு. அய்யர் அறிக்கை

**மகா – ரா – ரா – ஸ்ரீ 'கலைமகள்' பத்திராதிபர்
அவர்களுக்கு**

ஐயா,

அநல ஹ கார்த்திகை மீ 8-ம் உ அடித்த புயற்காற்றினால் ஜனங்களுக்கு நேர்ந்த கஷ்டங்களை இயன்ற அளவு நிவர்த்திக்கும் பொருட்டு நானும் எனது நண்பரும் வசூலித்த பணங்களுக்கும் அரிசிக்கும் செய்த செலவுகளுக்கும் ஒரு விவர ஜாபிதா வெளிப்படுத்தவேண்டியது கடமையாதலால் அடியில் கூறும் விவரங்களைத் தங்கள் அரிய பத்திரிகையில் வெளிப்படுத்த இடம் தரும்படி வேண்டுகிறேன்.

புதுவை
அநல ஹ கார்த்திகை மீ   இங்ஙனம் தங்கள்
27-ம் உ   **வ.வெ.ஸு. அய்யர்**

நிகழும் அநல ஹ கார்த்திகை மீ 8-ம் உ இரவு அடித்த புயற்காற்றினால் நிலைகுலைந்து போய்விட்ட ஏழை ஜனங்களுக்கு உதவி புரியும்படி அங்கங்கேயுள்ள கனவான்களை வேண்டினதில்,

1. அடியிற்கண்ட கனவான்கள் இந்தத் தர்மத்துக்காக அரிசி தந்தார்கள். அவரவர்கள் பெயருக்குப்பின் வருகிற இலக்கம் அவரவர்கள் புதுச்சேரிப்படியால் இத்தனைபடி தந்தார்கள்

• கலைமகள் (புதுவை), 1916 நவம்பர், டிசம்பர், பக். 270–272.

காற்றென வந்தது கூற்றம்

என்று குறிப்பிடுகிறது: ஸ்ரீ ஸ்ரீ கலவை – சங்கரசெட்டியார் (35); சீகாழி கிருஷ்ணசுவாமி செட்டியார் (50); கிரந்தே – சிவசங்கர செட்டியார் (10); லூயி. சி. ஞானப்பிரகாச முதலியார் (50); ஈப்பூர் – கிருஷ்ணசுவாமி செட்டியார் (45); ராமகிருஷ்ண ரெட்டியார் (5); போல்ஜி ராமேசுவர் ஸேட் (5); தாண்ட்லா கோவிந்த செட்டியார் (20); ஸ. ஆறுமுகம் செட்டியார் (10); ராமகிருஷ்ண பிள்ளை (40); சா. குப்புஸ்வாமி அய்யர் (10); முத்துக்குமாரஸ்வாமி வசூல் (24); சில்லரை வசூல் (11).

2. பெஸ்ட் சங்கத்துத் தலைமை குமாஸ்தா ஸ்ரீ குப்புஸ்வாமி முதலியார் ரூ. 10 கொடுத்தார்.

3. அடியிற்கண்ட கனவான்கள் ரூ. 3 வீதம் கொடுத்தார்கள்: ஸ்ரீ ஸ்ரீ பொன்னூர் கிருஷ்ணசுவாமி செட்டியார்; கருணாநிதிப் பிள்ளை; குப்புஸ்வாமி பிள்ளை, பெருமாள் கோவில் தெரு.

4. அடியிற்கண்ட கனவான்கள் ரூ. 2 வீதம் கொடுத்தார்கள்: ஸ்ரீ ஸ்ரீ எப்ராஹீம் ஈசாக் ஸேட்; கல்வெ – சுப்பராய செட்டியார்; குட்டியா–சபாபதி பிள்ளை; து.சு. நன்னைய பாகவதர்; துரைப் பிள்ளை; ஸ்வாமிநாத தீக்ஷதர்; முனிசுவாமி பிள்ளை (முத்துமாரியம்மன் கோவில் தெரு); வேலாயுத நாய்க்கர்; சரவண செட்டியார்.

5. ஸ்ரீ ஜயராம் நாயடு வசூலித்தது ரூ. 2 – 8 – 6

6. ஸ்ரீ முத்துக்குமாரஸ்வாமி வசூலித்தது ரூ. 1 – 4 – 0

7. அடியிற்கண்ட கனவான்கள் ரூ. 1 வீதம் கொடுத்தார்கள்: ஸ்ரீ ஸ்ரீ வேலுஸ்வாமி பிள்ளை; வ.வெ.ஸு. அய்யர்; சி. ஸுப்ரம்ஹண்ய பாரதி; ஸ்ரீநிவாசாசாரியார்; நா. ஸுப்ரம்ஹண்ய அய்யர்; உஸியே – ஷண்முகய்யர்; திருமுடி – நடராஜ செட்டியார்; நடேசய்யர்; சிட்டி – குப்புஸ்வாமி அய்யங்கார்; ஸுந்தர அய்யங்கார்; சிதம்பரம் அய்யர்; ஓர் பரோபகாரி; பத்மநாப ரெட்டியார்; அமீனா – ரங்கசுவாமி பிள்ளை; நா. எதிராஜலு நாயடு; பழக்கடை பொன்னுஸ்வாமி நாயகர்; ரத்தின – பெருமாள் பிள்ளை; மளிகை – வைத்தியலிங்கம் பிள்ளை; கு. ராமஸ்வாமி அய்யர்; அரிசிக்கிடங்கு ராமசுவாமி பிள்ளை; கோ. ஐயாசுவாமி செட்டியார்; லோகநாத முதலியார்; சுந்தரேசய்யர்; பர்மாஸி – நடராஜ பிள்ளை; அழாம் பெய்யேர் – ரங்கநாத முதலியார்; கண்ட்ராக்ட் பெருமாள் பிள்ளை; சராப் – வீரபத்திர பிள்ளை; சிற்றம்பல செட்டியார்; துரைஸ்வாமி நாயடு; தண்டு – ராஜப் பிள்ளை; ரேவு – குழந்தைவேலுப் பிள்ளை; ஓவர்ஸீயர் ராமானுஜய்யங்கார்.

8. அடியிற்கண்ட கனவான்கள் எட்டணா வீதம் கொடுத்தார்கள்: ஸ்ரீ ஸ்ரீ விரூபாக்ஷி செட்டியார்; ராமசந்திர அய்யர்;

ஸி.எஸ். வீரராகவாசாரியார்; எஸ். திருவேங்கடாசாரியார்; சவரிராஜய்யங்கார்; வேங்கடபதி நாயடு; தேவநாயக செட்டியார்; சுப்பராயலு நாயடு; வடிவேலுப் பிள்ளை; ஒரு ஸேட்; தியாகராஜய்யர்; ஜவுளி – மாணிக்கசுவாமி பிள்ளை; எஸ்.கே. ஸ்ரீநிவாச செட்டியார்; அமீனா துரைசுவாமி பிள்ளை; நாராயணசாமி பிள்ளை; ராமகிருஷ்ண பிள்ளை; எஸ். தங்கவேலுப் பிள்ளை; கா. சோமசுந்தரம் பிள்ளை.

9. எட்டணாவுக்குக் கீழ்ப்பட்ட சில்லரையாக வந்தது ரூ. 4 – 7 – 0.

ஆக மொத்தம் வஜூலித்தது அரிசி 315 படி ரூ. 86 – 3 – 6.

வஜூல்செய்த ரூபாய்களின் செலவுக்கு விவரம்: புயற்காற்று அடித்த இரவுக்கு அடுத்தகாலமே முதல் கார்த்திகை மீ 18–ம் வ முடிய 10 நாட்கள் வரை நாளைக்கு ஏறத்தாழ 400 ஜனங்கள் வீதம் சுமார் 4000 ஜனங்களுக்குக் கஞ்சி ஊற்றுவதற்கு, வஜூலித்த அரிசி போக வாங்கின அரிசி ரூ. 40–12 [..] 0

அதற்காகவேண்டிய இதர செலவுகள், ஆக்கும் கூலி, விறகு, மிளகாய் முதலியன உள்பட – 22 – 15 – 11

முதலியார்பள்ளத்தில் குடியிருக்கும் நிர்க்கதியாயுள்ள ஜனங்களுக்குக் குடிசை கட்டிக்கொள்ளவென்று ரூ. 2, 1 வீதம் கொடுத்ததில் மொத்தம் ரூ. 18 – 6 – 0

கஞ்சி ஊற்றுவது நின்றபிறகு அப்போதைக்கப்போது வரும் ஏழைகளுக்குக் கொடுத்தது ரூ. 1 – 15 – 0

சாலையில் அழுகிப்போய் ஊருக்கு வியாதி உண்டு பண்ணிக்கொண்டிருந்த காக்கைகளில் 760 காக்கைகளை எடுத்துப்போட்டுப் புதைக்க ரூ. 2 – 2 – 7

....

ஆக ரூ. 86 – 3 – 6

பணமும் அரிசியும் வஜூல் செய்வதில் மிக்க உதவியாக இருந்த ஸ்ரீ ஸ்ரீ சிதம்பர அய்யர், சிட்டி – குப்புஸ்வாமி அய்யங்கார், சராப் – பராங்குசம் நாயகர் முதலிய சகல நண்பர்களுக்கும், கஞ்சி தயாரித்து ஊற்றும் சிரமமான காரியத்தை மிகச் சிரத்தையோடு கவனித்து வந்த ஸ்ரீ ஸ்ரீ முனிசுவாமி பிள்ளை, கோவிந்தராஜுலு நாயகர், நா. சுவாமிநாதய்யர், ஸ. நாராயணசுவாமி முதலியோருக்கும் இந்தத் தர்மத்தால் சுகமடைந்த ஜனங்கள் மிகக் கடப்பாடுடையவர்களாக இருக்கவேண்டும்.

– வ.வெ.ஸு. அய்யர்

~~

பகுதி 4

பிற்கால நினைவுப் பதிவுகள்

தங்கம்மாள் பாரதி
சகுந்தலா பாரதி
யதுகிரி
ஆ.ஜி. ரங்கநாயகி
பாரதிதாசன்

1
தங்கம்மாள் பாரதி

புயற்காற்று

புதுச்சேரியில் நளவருஷம் கார்த்திகை மாதம் 8-ந் தேதி புதன்கிழமை இரவில் அபாரமான புயற்காற்று அடித்தது. பெரிய கிழவர்கள் தங்கள் வாழ்நாளிலே அதைப் போன்ற புயலை என்றும் பார்த்ததில்லை என்று கூறுகிறார்கள். சாயங்காலத்திலிருந்தே காற்றுத்தேவன் ஊத ஆரம்பித்துவிட்டான். எப்படிப்பட்ட காற்று! 'கூ கூ' வென்று விண்ணைக் குடைந்திடும் காற்று. கும்மிருட்டு.

என் தந்தையார் இரவுகளில் அரவிந்தர் வீடு சென்று வேத ஆராய்ச்சி செய்வார். அங்குதான் இரவுச் சாப்பாட்டை அனுப்புவோம். இரவு ஒன்பது மணிக்கு மேல்தான் அவ்விருவரும் ஆராய்ச்சியில் ஈடுபடுவார்கள். விடியற்காலை ஐந்து மணிவரைக்கும் இந்த ஆராய்ச்சி தொடரும். இருவருக்கும் களைப்போ, சோர்வோ உண்டாவதில்லை!

வழக்கம்போல் அன்றும் மாலை ஆறு மணிக்குத் தந்தையார் புறப்பட்டார்.

என் தாயார்: இன்று போகாவிட்டால் என்ன? மழையும் காற்றுமாய் இருக்கிறதே?

தந்தை: ஒன்றுக்கும் அஞ்சாத நீ, இந்த இடிக்கும் மழைக்கும் பயப்படப் போகிறாயா?

தாயார்: இல்லை, என் மனம் எதனாலோ இன்று அதைரியமடைகிறது.

தந்தை: ஒரு நல்ல காரியம் செய்யப்போனால் அதற்கு எத்தனை தடை!

கடைசியில் நான், என் தங்கை பாப்பா எல்லோருமாகச் சேர்ந்துகொண்டு அப்பா போவதை நிறுத்திவிட்டோம். தந்தை மனச்சலனத்துடன், சமாதானமின்றி அப்படியும் இப்படியுமாக உலவிக்கொண்டிருந்தார். சரியாகப் போஜனமும் அருந்தவில்லை.

ஒன்பது மணியிருக்கும், வாயுத்தேவன் கோபமூட்டப் பெற்ற புலியைப் போலச் சீறியெழுந்தான். பிரளயத்தில் ஏற்படும் என்கிறார்களே, அதுபோல் மழையும் வெள்ளமும். தெருக்களில் தண்ணீர் ஓர் ஆள் ஆழம் ஓடுகிறது. புதுவையில் தென்னை மரங்கள் அதிகம். காற்று ஆரம்பித்ததும் மரங்கள் 'சடசட'வென்று சாய்ந்தன. வீடுகள் இடிந்து விழுந்தன. மரங்கள் விழுந்ததால் மின்சாரக் கம்பிகள் அறுந்து, விளக்குகள் எல்லாம் அணைந்து, ஊர் பூராவும் ஒரே அல்லோலகல்லோலம்!

நாங்கள் அன்றுதான் வேறு வீட்டிற்குக் (முன்பிருந்த வீட்டிற்கு எதிர்வீடு) குடி வந்திருந்தோம். எங்கள் வீட்டு மாடியிலும் நாலைந்து மரங்கள் சாய்ந்தன. தந்தையார் தாயாரிடம் சொன்னார்: "பெண்கள் தெய்விகத்தன்மை பொருந்தியவர்கள் என்பதை இன்றுதான் பிரத்யக்ஷமாகக் கண்டேன். உன் மனத்தில் ஏதோ சம்பவிக்கப் போகிறது என்று தோன்றியது. அதனால் இன்று வேத ஆராய்ச்சியைக்கூட நிறுத்தினேன். கஷ்டப்படும்போது எல்லோரும் ஒன்றாயிருந்து அதை அனுபவிப்பதே நல்லது என்பதற்காகத்தான் நான் போகாமலிருந்தேன்."

தாயார்: காரணம் தெரியாமல் என் மனம் இன்று கலங்கிற்று. ஏதாவது உற்பாதம் ஏற்படாதிருக்க வேண்டுமே என்றுதான் உங்களை வழிமறித்தேன்.

தந்தை: வானம் உறுமுகிறது! உலகம் நடுங்குகிறது! நாம் இப்பொழுது என்ன செய்ய முடியும்? பராசக்தியைத் துதித்து, துன்பம் வராமல் காக்கச் சொல்வதைத் தவிர வேறு வழியில்லை.

தாயார்: நேற்று நாமிருந்த வீட்டில் தென்னை மரங்கள் சாய்ந்து மாடியின் ஒரு பகுதி இடிந்து விழுந்திருக்கிறது! எல்லோரும் அலறும் சத்தமும் அதற்குமேல் வாயுவின் உறுமலும் என்னைத் திக்பிரமை அடையச் செய்கின்றன. இது என்ன காற்று! இன்று யுகமுடிவா என்ன? தெரியவில்லையே!

தந்தை: செல்லம்மா, இவ்வளவு தூரம் மனத்தைக் கலங்க விடாதே. அரவிந்தர் வீட்டில் வாயுவின் ஸ்தோத்திரம்தான் படிப்பதென்று நினைத்திருந்தேன். இதோ பிரத்யக்ஷமாகவே அவனைத் தரிசித்தேன்! தேவியின் அருளால் ஒரு கெடுதலும் வராது. இதோ 'ருக் வேதம்' படித்துப் பொருளுரைக்கிறேன். "வாயு சக்தி குமாரன் . . . ."

தந்தை இப்படிப் பேசிக்கொண்டிருக்கும்போதே சூறாவளிக் காற்றடித்து, மழைத் தண்ணீர் யானைத் துதிக்கையால் பாய்ச்சுவது போல வீட்டுக்குள் வந்து விழுந்தது. காற்று ஜன்னல் கதவுகளை உடைத்துக் கண்ணாடிகளை யெல்லாம் தூள்தூளாக்கி விளக்கையும் அவித்தது. எங்கள் தாயும் தந்தையும் மாடியில் சற்று ஒதுப்புறமாய் எங்களை இருக்கச் சொல்லிவிட்டு, மிகவும் சிரமப்பட்டு விளக்கேற்றி, அதைச் சுற்றிலும் சாமான்களை வைத்து மறைத்தார்கள். ஒருவிதமாக விளக்கு அணையாமல் நின்றது.

தந்தை: செல்லம்மா, ஊழிக்காலத்து முடிவும் இவ்விதம்தான் இருக்கும். உலகம் ஜலப்பிரளயம். ஓடும் நீர் அந்நதித் தண்ணீர். சக்தி காற்றாக மாறிவிடுவாள். சிவன் வெறிகொண்டிருப்பான். காற்று நீரைச் சிதறடித்து, ஆகாசத்தில் மின்னை விளைவித்து, நீரை நெருப்பாக்கி, நெருப்பை நீராக்கி, நீரைத் தூளாக்கி, தூளை நீராக்கி, சண்டமாருதம் செய்து இந்த விதமாக யுகமுடிவு செய்வான். மேகங்களை ஒன்றோடொன்று மோதி இடிக்கச் செய்து, கடலைக் கலக்கி, மண்ணைப் புரட்டி விளையாடுவான். காற்றே நம்மைக் காப்பான்.

காற்றே! ஒளியே! வலிமையே! உன்னை வணங்குகிறேன். காற்றே! உயிரே! அகில உலகத்திற்கும் உயிரளிக்கும் தேவனே! நீயே உயிரென்றால் உன்னால் அதை அழிக்க முடியுமா? எனவே உயிர் அழிவதில்லை. அது உன்னோடு கலக்கிறது. சிறிய உயிர் அகண்டமான உயிரோடு சேர்கிறது. மரணம் இல்லை.

தாயார் இது கேட்டுச் சிறிது தைரியம் பெற்றார். மழையும் காற்றும் நிற்கவில்லை. தந்தையார் இந்த அற்புதத்தை, சக்தியின் விளையாட்டைக் கண்டு வியந்து, பின்வரும் பாட்டைப் பாடிக்கொண்டு குதிக்கலானார். இப்போதும் எங்களுக்கு அந்தச் சம்பவத்தை நினைக்கும்போது மெய் சிலிர்க்கிறது.

    திக்குகள் எட்டுஞ் சிதறி – தக்கத்
     தீம்தரிகிட தீம்தரிகிட தீம்தரிகிட தித்தோம்
    பக்க மலைகளு டைந்து – வெள்ளம்
     பாயுது பாயுது பாயுது தாம்தரிகிட
    தக்கத் ததிங்கிட தித்தோம் – அண்டம்
     சாயுது சாயுது சாயுது பேய்கொண்டு

காற்றென வந்தது கூற்றம்

தக்கை யடிக்குது காற்று தக்கத்
தாம்தரிகிட தாம்தரிகிட தாம்தரிகிட தித்தோம்.

மறுநாள் காலை ஐந்து மணி. புயற்காற்று அடித்ததனால் போக்குவரத்துக்கு அசௌகரியமாக மரங்களும் இடிந்த வீடுகளும் தெருக்களை அடைத்துக்கொண்டு கிடந்தன. தந்தையார் காலை யுணவுகூடக் கொள்ளாமல் நண்பர்களைப் பார்ப்பதற்குப் புறப்பட்டார். நானும் உடன் சென்றேன். மரங்கள் சாய்ந்ததால் அவற்றில் வசித்திருந்த காக்கைகள், குருவிகள், மற்றும் பலவிதமான பறவைகள் யாவும் கூடுகளுடன் சிதறிக் கிடந்தன. தெருவில் முழங்கால்வரை தண்ணீர். மரங்களையும் மட்டைகளையும் தாண்டித் தாண்டிச் சென்றோம்.

முதலில் முருகேச பிள்ளை வீட்டை அடைந்தோம். அங்கு விபத்து ஒன்றும் இல்லாதிருப்பதைக் கண்டு சிறிது சமாதானமடைந்து, அங்கிருந்து ஒவ்வொரு நண்பர்களாய்ப் பார்த்துக் கொண்டு, வ.வே.சு. அய்யர் வீடு சென்றோம். அய்யர் மிகவும் களைப்புற்றிருந்தார். ஏனெனில் இரவு முழுவதும் மழைத்தண்ணீர் அவர்கள் வீட்டு உள்ளெல்லாம் பெருகி விட்டதாகவும், அதை இறைத்துக் கொட்டும் வேலை ஏற்பட்டதாகவும் சொன்னார். பிறகு அங்கிருந்து முத்தியால் பேட்டை வரை சென்றோம். நண்பர் ஒருவர் ஓடிவந்து “சுப்புரத்தினம் சமாசாரம் கேள்விப்பட்டீர்களா?” என்றார். “இல்லையே” என்றார் தந்தை. அவர் சொல்லு முன்பாகவே சுப்புரத்தினம் (பாரதிதாசன்) அங்கே வந்துவிட்டார். “சுப்புரத்தினம், என்னப்பா நடந்தது?” என்று தந்தை கேட்டார். அவர் பின்வருமாறு கூறினார்:

“நான் என் கிராமத்தில் தெருத்திண்ணையில் படுத்துக் கொண்டிருந்தேன். காற்றடிக்க ஆரம்பித்தது. உடனே மழையும் கொட்ட ஆரம்பித்தது. நான் உள்ளே போவதற்காக எழுந்திருந் தேன். பத்துப் பேர் சேர்ந்து என்னைப் பிடித்திழுப்பதுபோல் தோன்றிற்று.அவ்வளவுதான். நான் திமிறிக்கொண்டு கதவைத் திறந்து உள்ளே போவதற்காக எழுந்திருந்தேன். எனக்கு என்ன நடக்கிறதென்றே தெரியாதபடி காற்று என்னைப் பந்தைப்போல் தூக்கி வீசிற்று. ஒரு தடவை வயல்வெளியில் போட்டது. அங்கிருந்து தூக்கிக் களிமண்ணில் போட்டுப் புரட்டி எடுத்தது. என்னால் முடிந்தவரை சிரமப்பட்டுக் காற்றில் பறக்கக்கூடா தென்று நினைத்துப் பெரிய மரம் ஒன்றைக் கட்டிக்கொண்டேன். அது முட்டாள்தனம் என்று பின்னால் தெரிந்தது. க்ஷணத்திற் கெல்லாம் மரம் மடமடமட வென்னும் ஓசையோடு முறிந்து விழுந்தது. இன்ன சத்தம் என்று சொல்ல முடியாதபடி ஒரே

இரைச்சல். வாயுதேவன் அவ்விதம் உறுமினானோ அல்லது பேய்கள்தான் அவ்விதம் கூக்குரலிட்டனவோ தெரியாது, 'நாம் மறுபடி உலகத்தைப் பார்க்கப்போவதில்லை' என்று மனதில் தீர்மானித்துவிட்டேன்.

"மின்னல் கண்ணைப் பறிக்கிறது. இடிச்சத்தம் காதைத் தொளைக்கிறது. என் உடம்பில் லங்கோட்டைத் தவிர வேறொன்று மில்லை. குளிர் நடுக்குகிறது. பல் கிட்டுகிறது. பராசக்தியைத் தியானித்துக்கொண்டு கண்ணை மூடிக்கொண்டேன். கண்ணை விழித்தால் பயங்கரமான இருளில், கொட்டும் மழையில், காற்று எங்கேனும் மரங்களில் மோதிவிடுமோ என்று பயம். காதையும் கையினால் பொத்திக்கொண்டேன். ஒவ்வொரு நிமிஷத்திலும் மரணத்தை எதிர்பார்த்தேன்.

"காற்று என்னைப் புரட்டிக்கொண்டும் உருட்டிக்கொண்டும் தூக்கித் தூக்கி வீசிக் கடைசியில் எங்கேயோ தண்ணீரில் கொண்டு அமுக்கிற்று. அமுக்கிய அமுக்கலில் என் மூச்சுத் திணறியது. இருந்தாலும் நான் தைரியத்தைக் கைவிடாமல் 'தம்' மூச்சு அடக்கிக்கொண்டு மேலே வருவதற்கு முயற்சி செய்தேன். என் முயற்சி பலதடவை தோற்றது. கடைசியில் கைகளை வீசியதும் என் கையில் சில கொடிகள் அகப்பட்டன. அவற்றைப் பற்றிக்கொண்டு எப்படியோ திக்குமுக்காடித் தண்ணீரில் மேலே வந்துவிட்டேன். நல்லவேளை, அப்போது காற்று சிறிது மட்டுப்பட்டிருந்தது. மெதுவாகக் கரை ஏறிப் பார்க்கையில், நான் ஊரிலிருந்து நான்கு மைலுக்கப்பால் உள்ள கிராமத்து வயலோரத்தில் இருப்பது தெரிந்தது. அங்கிருந்து ஒரு வண்டியிலேறி இங்கு வந்து சேர்ந்தேன். என் மனத்தில், 'நாம் இப்படி அவஸ்தைப்பட்டோமே, உங்கள் கதி என்னவாயிற்றோ' என்று மிகவும் கவலையாய் இருந்தது. தங்களைக் கண்டதும் என் கவலை நீங்கிற்று."

நண்பர்களையெல்லாம் எங்கள் வீட்டில்போய் இருக்கும்படி சொல்லிவிட்டு நானும் அப்பாவும் மட்டும் அரவிந்தர் வீடு சென்றோம். பாபுஜி மிகவும் ஆவலோடு தந்தையை வரவேற்றார். இருவரும் வெகுநேரம் பேசிக்கொண்டிருந்தார்கள்.

அரவிந்தர் இருந்த வீடு ஒரு நல்ல கெட்டிக் கட்டடம். அப்படியிருந்தும் வீட்டுக்குள் தண்ணீர் பெருகி மிகவும் துன்பம் கொடுத்ததாம். எல்லோரும் காரிருளில் தீப்பெட்டி வைத்த இடம் தெரியாமல் திண்டாடினார்கள். பாபுஜி மட்டும் இருந்த இடம் விட்டு அசையாமல் ஜபம் செய்துகொண்டிருந்தார். பாபுவின் சிஷ்யர்கள் பங்களாவில் எல்லாச் சாமான்களையும் கவனித்து வரும்போது, அவரது தர்மபத்நி ஸ்ரீமதி மிருணாலினி தேவியின் புகைப்படம் ஒன்று மட்டும் உடைந்து சேதமடைந்துவிட்டதென்று

கண்டு அதைக் கொணர்ந்தனர். அது கண்டு அரவிந்தர் மிகவும் வருந்தினார். இரண்டு நாளைக்கெல்லாம் ஸ்ரீமதி மிருணாலினி தேவி விண்ணுலகம் அடைந்ததாக வங்காளத்திலிருந்து செய்தி வந்தது.

நாங்கள் வீடு வந்ததும், 'அப்பா, நேற்றைய சம்பவத்தைப் பற்றிப் பாட்டு ஒன்றும் எழுதவில்லையே' என்றேன். அவர் எழுதிய பாட்டு:

மனைவி:

> காற்றடிக்குது கடல் குமுறுது
> கண்ணை விழிப்பாய் நாயகனே
> தூற்றல் கதவு சாளரமெல்லாம்
> தொளைத்தடிக்குது பள்ளியிலே.

புருஷன்:

> வானஞ் சினந்தது வைய நடுங்குது
> வாழி பராசக்தி காத்திடவே
> தீனக் குழந்தைகள் துன்பப் படாதிங்கு
> தேவியருள் செய்ய வேண்டுகின்றோம்

மனைவி:

> நேற்றிருந்தோ மந்த வீட்டினிலே – யிந்த
> நேரமிருந் தாலென் படுவோம்
> காற்றென வந்தது கூற்றமிங்கே நம்மைக்
> காத்தது தெய்வ வலிமையன்றோ?

– *தங்கம்மாள் பாரதி படைப்புகள்*, பக். 69–74.

~~

2
சகுந்தலா பாரதி

புயற்காற்று

ஈசுவரன் தர்மராஜா கோயில் தெருவிலே அப்பாவால் விளக்கெண்ணெய்ச் செட்டியார் என்று அன்புடன் அழைக்கப்பட்ட சபாபதிச் செட்டியார் வீட்டிலே நாங்கள் குடியிருந்தோம். விளக்கெண்ணெய்ச் செட்டியார் வீடு மிகப் பழைய வீடு. அதை முழுதும் விரித்துக் கட்டிச் செப்பனிட்டாலன்றிக் குடியிருக்க வசதியில்லாத நிலைமையில் இருந்தது. அதற்கு நேர் எதிர் வீடு நல்ல கெட்டி மச்சு வீடு.

எதிர் வீட்டில் குடியிருந்த அம்மையார் வீட்டைக் காலி செய்துவிட்டு ஊருக்குப் போகப் போவதாகப் பேசிக்கொண்டார்கள். அந்த அம்மையார் அப்பாவிடம் பக்தி விசுவாசம் உள்ளவர். அதனால் அவர் குடியிருந்தவரை எங்களுக்கு அதிகத் தொல்லைகள் ஏற்படவில்லை. புதுச்சேரியில் அடைக்கலம் புகுந்திருக்கும் சுதேசிகளுக்குத் துன்பம் விளைவிக்க அங்கு வந்திருக்கும் ஒற்றர் படைக்கு (C.I.D.) எதிராகச் சில வாலிபர்கள் வேலை செய்து வந்தார்கள். அப்பாவிடம் அன்பும் பக்தியும் கொண்ட இந்த வாலிபர்கள் புதுவையில் அவர் வாழ்ந்த நாட்களைத் தங்களால் இயன்றவரை கஷ்டமில்லாத நாட்களாகச் செய்து வந்தார்கள் என்றே சொல்லலாம்.

எதிர்வீட்டு அம்மாள் இன்று சாயங்கால ரயிலில் ஊருக்குப் போகும் விஷயம் தெரிந்து ஒற்றர்களில் ஒருவன், அந்த வீட்டுக்கு C.I.D. ஸப் இன்ஸ்பெக்டர் குடிவருவதற்கான ஏற்பாடுகள் செய்யும்பொருட்டு 'யார் வீட்டுக்குச் சொந்தக்காரர்' என்று விசாரித்தானாம் என்று ஒருவர் அப்பாவுக்குச் செய்தி கொண்டு வந்தார்.

போலீஸ் உத்தியோகஸ்தர் குடிவராமல் தடுக்க வேண்டு மானால் நாங்களே எதிர் வீட்டுக்குக் குடிபோக வேண்டும். ஆனால் செலவுக்கோ போதுமான பணம் கிடையாது. எதிர் வீட்டு வாடகை மாதம் பன்னிரண்டு ரூபாய். அப்பாவுக்கு மாத வருமானம் 'சுதேசமித்திர'னிலிருந்து முப்பது ரூபாய் மட்டும்தான். விளக்கெண்ணெய்ச் செட்டியார் வீட்டைக் காலி செய்துவிட்டால் போதிய சௌகரியமில்லாத அந்த வீட்டிற்கு போலீஸ் உத்தியோகஸ்தர் வர விரும்பமாட்டார். வேறு யாராவது எங்களைப் போன்ற ஏழை மனிதர் குடிவருவதில் அப்பாவுக்கு ஆக்ஷேபணையும் கிடையாது.

"எதிர் வீட்டில் C.I.D. இன்ஸ்பெக்டர் குடிவந்தால் உருப்படுமா? நாம் வேறு வீடு தேடிக் கொண்டல்லவா போக வேண்டிவரும்? நமக்கும் இந்தச் சூழ்நிலை பழகிவிட்டது. அக்கம் பக்கத்தாரும் நம்முடைய கொள்கைகளை நன்றாக அறிந்து, அவற்றை மதித்து வாழ்பவர்கள் ஆகிவிட்டார்கள். C.I.D. துன்பம் அதிகம் ஏற்படாமல் அவர்களே பார்த்துக்கொள்கிறார்கள். இந்த நிலையிலே நாம் செய்யக்கூடியது எதிர் வீட்டை நாமே வாடகைக்கு எடுத்துக்கொள்வதுதான். நமது வீட்டை யாராவது தக்கவர்கள் வந்து கேட்கும்வரை நாமே வைத்திருப்போம். அதனால் உடனே எதிர்வீட்டுச் சொந்தக்காரரை அழைத்துவர வேண்டும்," என்று அப்பா சொன்னார்.

"சொந்தக்காரர் வரத் தயங்குகிறார். அவருக்கு சுதேசிகள் என்றாலே பயமாக இருக்கிறதாம்," என்று செய்தி வந்தது.

வீட்டுச் சொந்தக்காரர் கொஞ்சம் வயதானவர்தான். ஆனால் அவர் சம்ஸாரம் இள வயது. குழந்தைகள் வேண்டுமென்று அவருக்கு ஆசை.

பாரதியார் பெயரைச் சொன்னவுடனேயே அந்தம்மாள் சொன்னாள். "அய்யர் நல்லவர். அம்மா ரொம்ப நல்லவங்க. அழகான குழந்தைகள் இருக்கு. என்ன பயம்? என்ன விஷயம் என்று கேட்டு வாருங்கள்."

"பாப்பாவை அழைத்து வந்தால் உடனே வரலாம்," என்று மீண்டும் செய்தி வந்தது.

பாப்பாவும் உடனே தயாராகக் கிளம்ப ஏற்பாடு நடந்தது.

வீட்டுச் சொந்தக்காரர் குழந்தையைக் கண்டவுடனே தெய்வத்தைக் கண்டதுபோல ஆனந்தத்துடன் குழந்தைக்கு நிறையக் கல்கண்டு திராக்ஷைப்பழம் எல்லாம் கொடுத்து வரவேற்றார். அந்த அம்மாள் பெயர் தில்லைக்கண்ணு என்று ஞாபகம்.

வீட்டுச் சொந்தக்காரருக்கு இன்னும் C.I.D. விஷயம் வந்து எட்டியிருக்கவில்லை.

பேச்சு வார்த்தை நடந்தது. (பேசுவது என்றாலும் வார்த்தை சொல்வது என்றாலும் ஒரே அர்த்தம்தானே! ஒரு விஷயத்தை, விஷயங்களைக் கலந்து பேசி முடிவு செய்வதற்கு நம்மவர்கள் உபயோகிக்கும் சொற்றொடர் பேச்சு வார்த்தை என நினைக்கிறேன்.)

வழக்கம்போல அப்பா வென்றார்.

"வழக்கம்போல" என்று ஏன் சொல்லுகிறேன்?

புதுச்சேரியில் எங்கள் வீட்டு மாடி அறையிலே பலமுறை நான் கண்டிருக்கும், கேட்டிருக்கும் விஷயம்.

அப்பாவைப் பார்ப்பதற்கு யாராவது ஒருவர் வருவார். பேச்சு தொடங்கும். வந்தவர் ஆரம்பிப்பார்.

"கடவுள் ஒருவர்தான் என்று எப்படிச் சொல்ல முடியும்?"

அப்பா பேசுவார்: கோபமாகப் பேசுவார்; சிரித்துப் பேசுவார்; பாடுவார்; பல மொழிகளில் உவமைகள் கூறுவார்; வேத மந்திரங்களைக் கோஷிப்பார்.

முடிவு: வந்தவர் அன்போடு அப்பாவுக்கு வணக்கம் தெரிவித்து பாரதி பக்தர்கள், பாரதிப் பித்தர்களில் ஒருவராகித் திரும்பச் செல்வார்.

பேச்சில் பலவகையான பிரச்சினைகள் எழும்.

பெண்களுக்குப் படிப்பு அவசியமா?

ஆங்கில பாஷையைப் போல் தமிழில் எழுத, பேச முடியுமா?

ஹிந்துக்கள் நாகரிக ஜாதியாரா? அல்லவா?

மாமிச போஜனம் உயர்ந்ததா? அல்லது காய்கறி உணவு உயர்ந்ததா?

இத்யாதி.

அவை அனைத்தும் கேட்டவர்கள் திருப்தியுடன் ஒப்புக் கொண்டு நன்றி சொல்லும்படியாகத் தீர்ந்துவிடும்.

எதிர் வீட்டை ரூபாய் 12 மாத வாடகைக்குக் கொடுப்பதாகச் சொந்தக்காரர் ஒப்புக்கொண்டுவிட்டார். அந்தக் காலத்தில் அப்பாவுடைய மாத வரும்படி 'சுதேசமித்திர'னிலிருந்து நிரந்தரமாகக் கிடைத்து வந்த வருமானம் மாதம் ரூபாய் 30.

எங்கள் குடும்பம் சின்னதுதான். அப்பா, அம்மா, பன்னிரண்டு வயதுடைய சகோதரி தங்கம்மா. எனக்கு ஏழு வயது. எங்கள் குடும்பத்தாரைத் தவிர, வீட்டுக்கு அடிக்கடி வரும் சில இளைஞர்கள் உத்தமமான குணமுடையவர்கள், ஏழைகள்; எதிர்பாராமல் வரும் விருந்தாளிகள்; அயலூர் நண்பர்கள்; தேச பக்தர்கள்.

குடும்பம் நடந்தது. எப்படி நடந்தது? அன்னை பராசக்தியருளாலே எப்படியோ நடந்தது.

"செல்லம்மா, நாம் நாளைக் காலையில் எதிர் வீட்டுக்குக் குடி போகிறோம்," என்று உற்சாகத்துடன் கூறிவிட்டு அப்பா எங்கோ வெளியில் போய்விட்டார். அம்மாவுக்குத் திருப்திதான். நல்ல வேளையாக சூனிய மாதமாக இல்லாமல் கார்த்திகை மாதமாக அமைந்தது. தவிர, எதிர் வீடு புதிய வீடு, நல்ல பத்திரமான வீடு, பெரிய வீடு. எதிர் வீட்டில் குடியிருந்த அம்மாள் ஒருநாள் எங்களை விருந்துக்கு அழைத்திருந்தபோது அம்மா பார்த்திருக்கிறாள்.

எப்படியும் பராசக்தி வழி ஏற்படுத்துவாள் என்று எதிர் வீட்டுக்குக் குடி வந்தோம். புதிய வீட்டுக்கு வந்து பால் காய்ச்சி அருந்தினோம். பழைய வீட்டில்தான் சமையல், சாப்பாடு. சாமான்கள் சிலவற்றை மட்டுமே எதிர் வீட்டில் கொணர்ந்து வைத்தோம்.

நல்ல மழை வரும்போலத் தோன்றியது. ஐப்பசி – கார்த்திகை அடைமழைக் காலம் அல்லவா? இரவு படுத்துக்கொள்ளப் புது வீட்டுக்கு வந்துவிட்டோம். இரவு புயற்காற்று! நானும் தங்கம்மாளும் தூங்கிவிட்டோம். எங்கள் தாயும் தந்தையும் இரவு முழுவதும் கண் விழித்துக் கடவுளைப் பிரார்த்தனை செய்து கொண்டிருந்தார்களாம்.

நடு இரவில் மரங்கள் முறிந்து விழும் 'சடேர் சடேர்' என்ற சப்தம் கேட்டு நான் விழித்துக்கொண்டேன். அப்பா தூங்கவில்லை. என் பக்கத்தில் உட்கார்ந்திருந்தார். "ஒன்றுமில்லை பாப்பா, காற்று மழை அதிகமாயிருக்கிறது. நீ பயப்படாதே, தூங்கு. செல்லம்மா,

நீ ஜபம் பண்ணு. உன்னுடைய இந்திராக்ஷி ஜபத்தை சரியாக உச்சரித்து ஜபம் பண்ணு," என்றார். அப்பா ஏதோ கேலி செய்கிறார் என்று எண்ணிக்கொண்டு தூங்க முயற்சி செய்தேன். மறுபடி கண்விழித்தேன். அப்பா கண்ணை மூடிக்கொண்டு ஜபம் செய்யும் காட்சியைக் கண்டேன். பிறகு நடந்தது தெரியாது.

அதிகாலையிலே வழக்கம்போலக் கண்விழித்தேன். மழை லேசாகத் தூற்றிக்கொண்டிருந்தது.

"பாப்பா, தங்கம்மா எழுந்திருங்கள், வெளியிலே போய்ப் பார்க்கலாம்," என்றார் தந்தை.

வாசலிலே கண்ட காட்சி.

புதுச்சேரி மிக அழகான ஊர். அங்கு அரசாட்சி செய்து வந்த பிரெஞ்சு தேசத்தவர் நகரத்தை மிக விசாலமாக அமைத்தனர். ரஸ்தாக்களை நேர்கோடுகளாக அமைத்ததோடு, தெருவின் இருபுறமும் வீடுகள் கட்டுமாறு அவற்றை அகலமாகச் சமைத்தார்கள். பெரிய விசாலமான அறைகள் கொண்ட வீடுகள். வீதியின் இரண்டு புறங்களிலும் வீட்டு வாசலையடுத்து மரங்கள்: தென்னை மரங்கள், முருங்கை மரங்கள், பூ மரங்கள், பூவரச மரங்கள்.

ஆஹா! வாயுதேவனின் விளையாட்டை என்னவென்று சொல்வேன்!

சாலையிலுள்ள மரங்களெல்லாம் வேரோடு பிடுங்கப்பட்டுச் சாய்ந்திருந்தன. வாசலில் வரிசையாக நின்ற தென்னை மரங்கள் அத்தனையும் விழுந்துவிட்டன. தேங்காய்கள் தெருவெல்லாம் உருண்டு கிடந்தன. அவற்றை ஆண்களும் பெண்களும் ஓடி ஓடிப் பொறுக்கிக்கொண்டிருந்தார்கள். புயுற்காற்றுக்குப் பின் சுமார் நாலு மாதம் வரை புதுவையில் தேங்காய்க்கு விலை கிடையாது. பிறகு தேங்காய் விலை மிகமிக அதிகமாகியது. விறகும் அப்படித்தான்.

தெருவில் நடப்பதே சிரம சாத்யமான காரியமாக இருந்தது. அப்பா என்னைக் கையைப் பிடித்து மெதுவாக அழைத்துச் சென்றார். வழிநெடுகத் தந்தி மரங்கள் அறுந்து விழுந்து கிடந்தன. ஆயிரக்கணக்கான காக்கைகள், மற்ற பட்சியினங்கள் கூட்டம் கூட்டமாக மடிந்து கிடந்தன. பரிதாபமான காட்சி! இயற்கைத் தேவியின் பயங்கரக் கோலம்! ஐயோ! இது என்ன கொடுமை!

காவென்று கத்திடுங் காக்கை – என்றன்
கண்ணுக்கினிய கருநிறக் காக்கை

என்றும்,

எத்தித் திருடுமந்தக் காக்காய் – அதற்கு
இரக்கப்பட வேணுமடி பாப்பா

என்றும் என் தந்தை விளையாட்டுக் காட்டி அறிவுறுத்திய காக்கைக் கூட்டம் அடியோடு அழிந்து விட்டதைப் பார்த்து எனக்கு அழுகை வந்துவிட்டது. அப்பா என்னை சமாதானப் படுத்தி முருகேச பிள்ளை வீட்டில் கொண்டுபோய் விட்டார். தங்கம்மா அம்மாவுக்கு உதவியாக இருப்பதற்காகத் திரும்ப வீட்டுக்குப் போய்விட்டாள். பிறகு நடந்ததெல்லாம் அப்பா சொல்லித்தான் தெரியும்.

புதுவையை அடுத்த சேரியில் குடிசைகளின் கூரைகளைக் காற்று அப்படியே தனியாகத் தூக்கிக்கொண்டு போயிருந்தது. சில இடிந்து கீழே கிடந்தன. முழு உடம்பையும் மூடத் துணியில்லாத மனிதர்களும், முழுவதும் நிர்வாணமான குழந்தைகளும் சிறுவர்களும் 'கோ' வென்று அழுதவாறு குடிசைக்கு முன்னால் சேற்றில் நின்றுகொண்டிருந்தார்கள். என் தந்தையைக் கண்டதும் ஓடிவந்து சூழ்ந்துகொண்டு காலில் விழுந்து கதறியழுதார்கள். என் தந்தை தம்மால் கூடுமானவற்றைச் செய்வதாக வாக்களித்துவிட்டுத் தமக்கு அறிமுகமான பெரிய மனிதர்கள் மூலமாகவும், தமது சீட கோஷ்டியினரின் உண்டியல் மூலமாகவும் அரிசியும் பணமும் சேர்த்து முதலில் அந்த ஏழைகளுக்குக் கஞ்சி வார்த்தபின், குடிசைகள் கட்டிக்கொடுக்கவும் ஏற்பாடு செய்தார்.

வ.வே.சு. அய்யர் வீட்டில் வீட்டுக்குள் தண்ணீர் வந்துவிட்டதாம். வாசல் கதவைத் திறந்து வெளியில் வந்தால் காற்று இழுத்துக்கொண்டு போய்விடும். ஓட்டு வில்லைகள் உடைந்து ஒரே தாரையாக மழை கொட்டியதாம். அய்யரும் அவர் மனைவி பாக்யலக்ஷ்மி அம்மாளும் குழந்தைகள் சுபத்திராவையும் கிருஷ்ணமூர்த்தியையும் எழுப்பி வைத்துக்கொண்டு எதற்கும் தயாராக (அதாவது வீடு இடிந்து விழுந்தாலும்) இருந்தார்களாம்.

மண்டயம் ஸ்ரீனிவாஸாசாரியார் வீட்டில் அய்யா ஓர் அறையில், அம்மா சின்னக் குழந்தையுடன் ஓர் அறையில், பெரிய குழந்தைகள் ஓர் அறையில் படுப்பது வழக்கம். ஓர் அறையிலிருந்து மற்ற அறைகளுக்குப் போக முடியவில்லையாம். கதவைத் திறந்தால் காற்று வெளியே தள்ளிவிடும்போல நிலைமை. அதனால் அவரவர்கள் தனியே பயந்து நடுங்கிக்கொண்டு உட்கார்ந்திருந்தார்களாம்.

பாபு அரவிந்த கோஷ் வீட்டில் சீடப்பிள்ளைகள் அறையில் இடுப்பளவு தண்ணீரில் நின்றிருந்தார்களாம்.

கனக சுப்புரத்தினம் (பாரதிதாசன்) புதுவைக்கு அருகிலுள்ள கரடிக்குப்பத்தில் ஒரு சிறு பள்ளிக்கூடத்தில் உபாத்தியாயராக இருந்தார். அவர் சாயங்காலம் வழக்கம்போலப் புதுவைக்குத் திரும்பிவரும்போது காற்று அவரைத் தூக்கிக்கொண்டுபோய் ஒரு பாழுங் கிணற்றில் தள்ளியதாம். "ஓம்சக்தி சக்தி சக்தியென்று சொல்லு," என என் தந்தை படிப்பித்திருந்தபடி பராசக்தியை ஜபம் பண்ணிக்கொண்டே யிருந்தாராம். காற்று ஒருவாறு ஓய்ந்த பிறகு புதுவை வந்து சேர்ந்தாராம்.

ஏற்கெனவே விழக்கூடிய நிலையில் நின்ற எங்கள் வீடு – அதாவது 'விளக்கெண்ணெய்ச் செட்டியார்' என்று என் தந்தை பிரியமாகக் கூறும் சபாபதிச் செட்டியார் (சபாபதிச் செட்டியார் வாடகைப் பணம் வாங்குவதிலும் சரி, வீடு செப்பனிடுவதிலும் சரி, எதற்கும் வழவழவெனக் கண்டிப்பில்லாமல் பேசும் வழக்கத்தினால் அவருக்கு என் தந்தை 'விளக்கெண்ணெய்ச் செட்டியார்' என்று பெயர் கொடுத்தார்.) வீட்டில் தென்னை மரங்கள் சாய்ந்து, கண்ணாடி ஜன்னல்கள் அத்தனையும் உடைந்து முழுவதும் பாழாகிவிட்டன.

விளக்கெண்ணெய்ச் செட்டியார் வீட்டில் மாடியில் ஓர் அறைதான் உண்டு. அதிலேதான் நாங்கள் இரவில் படுத்துக் கொள்வது வழக்கம். அந்த அறைக்கு இரண்டு புறமும் அழகான கலர் கண்ணாடி பதித்த ஜன்னல்கள். லேசான மரக்கதவுகள். அவற்றிலும் கண்ணாடி பதித்திருக்கும். அந்த அறை மேலே தென்னை மரம் சாய்ந்து சுவர் ஒருபுறம் உடைந்து போயிருந்தது. ஜன்னல் கண்ணாடி முழுவதும் அறை நிறைய மண்டிக் கிடந்தது. நாங்கள் அங்கு படுத்திருந்தால் என்ன கதியாகியிருப்போம்!

புயற்காற்று இரவில் ஒரு கணவனும் மனைவியும் பேசியதாக ஒரு பாட்டு எழுதினார்:

பாட்டு

மனைவி:

காற்றடிக்குது கடல் குமுறுது
கண்ணை விழிப்பாய் நாயகனே!
தூற்றல் கதவு சாளரமெல்லாம்
தொளைத்தடிக்குது பள்ளியிலே.

கணவன்:

வானம் சினந்தது வையம் நடுங்குது
வாழி பராசக்தி காத்திடவே
தீனக் குழந்தைகள் துன்பப்படாதிங்கு
தேவி அருள் செய்ய வேண்டுகின்றோம்.

மனைவி:

நேற்றிருந்தோம் அந்த வீட்டினிலே இந்த
நேரமிருந்தால் என்படுவோம்?
காற்றென வந்தது கூற்றமிங்கே நம்மைக்
காத்தது தெய்வ வலிமையன்றோ?

பின் ஒரு கட்டுரையில் 'வேணுமுதலி பாடுகிறார்' என்ற 'அண்டங் குலுங்குது தம்பி' என்று ஒரு பாடல் எழுதினார்.

பாட்டு

அண்டங் குலுங்குது தம்பி – தலை
ஆயிரம் தூக்கிய சேடனும் பேய்போல்
மிண்டிக் குதித்திடுகின்றான் – திசை
வெற்புக் குதிக்குது வானத்துத் தேவர்
செண்டு புடைத்திடுகின்றார் – என்ன
தெய்வீகக் காட்சியைக் கண்முன்பு கண்டோம்
கண்டோம் கண்டோம் கண்டோம் – இந்தக்
காலத்தின் கூத்தினைக் கண்முன்பு கண்டோம்!
தக்கத்தக தக்கத்தக தித்தோம்.

பின்னர் 'பிழைத்த தென்னந்தோப்பு' என்ற ஒரு பாடல் எழுதினார்.

செந்தமிழ்த் தென்புதுவை என்னும் சிறுநகரின்
மேற்கே சிறுதொலைவில் மேவுமொரு மாஞ்சோலை
நாற்கோணத் துள்ளபல நத்தத்து வேடர்களும்
வந்து பறவைசுட வாய்ந்த பெருஞ்சோலை.

எனத் தந்தையார் குயிற்பாட்டினிலே வர்ணித்திருக்கும் இடம் ஒரு மடுக்கரைதான்.

மாந்தோப்பிற்குப் பக்கத்தில் குளங்கள் இருக்கும். புதுவை வாசிகள் அவற்றை மடுக்கள் என்பர். மாஞ்சோலைகளும் தென்னஞ் சோலைகளும் பல பழமரத் தோட்டங்களும் உடைய 'மடுக்கள்' புதுச்சேரிக்கு அழகு செய்யும் காட்சிப் பொருள்களாயிருந்தன. ராகவப் பிள்ளை மடு, கோணமடு, சித்தாந்தச்சாமி கோயில்மடு – இப்படிப் பல.

ஒருநாள் அப்பா தனியே மடுவுக்குப் போவதாகச் சொல்லிவிட்டுப் போனார். சாதாரணமாக நாங்கள் எல்லாருமே போவதுண்டு. வெயிற் காலத்திலே மடுவுக்கு அடிக்கடி போவோம். காலையில் எழுந்து கட்டுச்சாதம் எடுத்துக்கொண்டு மடுவுக்குப் போவோம். நாள் முழுவதையும் அங்கு சந்தோஷமாகப் பாடுவதிலும் விளையாட்டிலும் கழிப்போம். அருகேயுள்ள சேரியிலிருந்து என் தந்தையின் ஆதி திராவிட நண்பர்கள் இளநீரும் மாங்கனியும் கொணர்ந்து தருவார்கள்.

இந்தக் காலத்தில் 'பிக்நிக்' என்றும் சுற்றுலா என்றும் குழந்தைகள் போவது சகஜமாகிவிட்டது. அந்தக் காலத்தில் அது புதிய வழக்கம் என்று கொள்ளலாம். சில சமயம் வீட்டிலிருந்து சாப்பாடு, சிற்றுண்டி முதலியன தயாரித்து எடுத்துக்கொண்டு போவோம். சில நாட்களில் அம்மா மடுக்கரையிலேயே ஒருபுறமாக அமைந்திருக்கும் கொட்டகையில் உணவு தயார்செய்து தருவாள். மடுவில் குளித்துவிட்டுத் தோட்டமெலாம் சுற்றி விளையாடி சந்தோஷமாகக் கழித்துவிட்டு சாயங்காலம் வீடு வந்து சேருவோம். சில சமயம் நண்பர்கள் கூட வருவார்கள். வ.வே.சு. அய்யர் வீட்டார், ஸ்ரீனிவாஸாசாரியார் வீட்டார் வருவார்கள். அப்பா பேசுவார், பாடுவார். ஆனந்தமாக நாட்கள் கழிந்துவிடும்.

அதிக மனித சஞ்சாரமில்லாத சோலைகள், குளங்கள், பறவையினங்கள் ஆகியவை என் தந்தைக்குத் தம் கஷ்ட நிலையை மறந்து, ஏகாந்தமாக மனச்சாந்தியுடன் பாட்டுக்கள், கதைகள் எழுத ஏற்ற துணையாக இருந்தன.

தனிமை கண்டதுண்டு – அதிலே
சார மிருக்குதம்மா

என்ற பாடல் அம்மாதிரியான சந்தர்ப்பம் ஒன்றில்தான் எழுதப்பட்டது.

அப்பா சாயங்காலம் திரும்ப வந்தபோது ஒருபாட்டு எழுதிக்கொணர்ந்தார்.

'வயலிடையினிலே' என்று தொடங்கும் பாட்டு.

– சகுந்தலா பாரதி, *என் தந்தை பாரதி*, பக். 48–59.

~~

3
யதுகிரி

காணி நிலம் வேண்டும்

நள வருஷம் கார்த்திகை மாதம் 8ஆந் தேதி (16-11-1916) புதன்கிழமை நல்ல நாளில் பாரதியார் முன் சொன்ன வீட்டிற்குக் குடி போனார். அந்த வருஷம் ஐப்பசி மாதம் மழை இல்லாமல் ஜனங்களெல்லாம் 'ஆ, ஆ' என்று அலைந்தார்கள். ஆனால் கார்த்திகை மாதத்திலோ புயலும் மழையும் அடித்தன!

பாரதியார் புது வீட்டிற்குக் குடிபோன அன்று மாலை சுமார் நாலுமணியிலிருந்தே மேகக் கூட்டங்கள் குவிந்து குவிந்து ஆர்ப்பாட்டம் செய்து கொண்டிருந்தன. எங்கள் வீடு வெயிற்காலத்தில் சுகமாக இருக்குமே ஒழிய மழைக்காலத்திற்குச் சுகமில்லை. எல்லா இடங்களிலும் சாரல் அதிகமாக அடிக்கும். இரண்டு மெத்தைகளுக்கும் நடுவிலே இருக்கும் பள்ளமான அறை, வீதிப்புறம் இருக்கும் அறை, தொட்டில் இருக்கும் அறை – இவை மூன்றே நனையாத இடங்கள்; மற்ற இடமெல்லாம் தெப்பமாகிவிடும்.

நாங்கள் மாலை ஏழு மணிக்குச் சாப்பாட்டை முடித்துக்கொண்டு மாடிக்குச் சென்றோம். என் தாய் கீழேயே இருந்தாள்.

இரண்டு பெஞ்சுகள்: அவற்றில் நான், என் மடியில் என் குழந்தை, பக்கத்தில் தங்கைமார் இருவர், தகப்பனார் ஆகியோர் உட்கார்ந்திருந்தோம்.

எட்டுமணி சுமாருக்கு மழை ஆரம்பமாயிற்று. கடுமையான மழை. பாகவதத்தில் இந்திரன் மழை பொழியச் செய்ததைப் படித்திருந்தோம்; அப்பொழுது அதை நேராகவே பார்த்தோம். இடியின் ஓசை வீட்டையே அதிரச் செய்தது. மின்னலின் வீச்சு கண்ணைப் பறித்தது. புயற்காற்றும் வீசத் தொடங்கிற்று.

சுண்டு விரல் பருமனுக்கு மழை தாரை தாரையாகப் பொழிந்தது. வீட்டின் ஒரு பக்கத்துச் சுவர் ஒரே நேராகப் பெரிய மதில் சுவர்போல் இருந்தது. ஒரே நெட்டாகச் சுவர் எழுப்பக்கூடாதென்று ஒரு சட்டம் உண்டாம். அந்தச் சட்டத்திற்கு விரோதமாக, நேராகச் சுவர் எழுப்பி அந்த வீட்டைக் கட்டியிருந்தார்கள். பழைய கட்டிடம். எஜமான் இல்லை, எஜமானி இருந்தாள். அவள் வாடகைப் பணத்திற்கு எஜமானியே தவிர வீட்டை ரிப்பேர் செய்வதில் அவளுக்கு அக்கறை இல்லை.

இடி இடிக்கும்போதெல்லாம் வீடு கிடுகிடு என்று நடுங்குவது போல் இருந்தது. கிழக்குப் புறத்துச் சுவர் பெரிய கண்ணாடி ஜன்னலுடன் கூடியது. அந்தச் சுவர் இரவு சுமார் பன்னிரண்டு மணி சமயத்தில் மளமளவென்று இடிந்து விழுந்தது.

மேற்குப் புறத்துச் சுவர் அருகில்தான் நாங்கள் ஒதுங்கி இருந்தோம். அந்தச் சுவரும் தலைமேல் விழுந்துவிடுமோ என்று அஞ்சி நடுங்கினோம். என் தந்தை சொன்னார்: "இந்தப் பெரிய சுவர் விழுந்தால் நாமெல்லாம் நசுங்கி உருத்தெரியாமல் போய்விடுவோம். ஆனால் பெருமாள் அருளால் அது விழாது."

கீழே என் தாய் என்ன ஆனாளோ என்ற திகில் வேறு, எங்களை ஆட்டி வைத்தது. அருகில் பேசினால்கூடக் காதில் விழாதபடி பேய்க்காற்று! கொல்லைப்புறச் சுவரும் இடிந்து விழுந்துவிட்டதாகத் தெரிந்தது. இரவெல்லாம் ஒரே பயங்கர நிலை.

விடியற்காலம் ஐந்து மணிக்கு மேல் எல்லா அமளியும் படிப்படியாகக் குறையத் தொடங்கிற்று. முற்றும் அமளி அடங்கிய பின் வீட்டைச் சுற்றிப் பார்த்தபோது கடிகாரம், படங்கள் முதலியன சுக்கல்சுக்கலாக நொறுங்கிக் கிடப்பதைக் கண்டோம்.

காலை ஆறு மணிக்குமேல் வெளியே வந்து பார்க்கிறோம். தெருவில் ஆறு போல் தண்ணீர் பெருக்கெடுத்து ஓடுகிறது! நாங்கள் இருந்த வீட்டிற்கு ஒரு பர்லாங் தூரத்தில் ஒரு பெரிய சாக்கடை. அது நிறைந்து வழிந்து தெருவில் ஓடுகிறது. எங்கே பார்த்தாலும் விழுந்த மரங்களின் கூட்டம்! தென்னை, பூவரசு முதலிய மரங்கள் வேரோடு சாய்ந்திருந்தன. மின்சாரக் கம்பங்கள், கம்பிகள் எல்லாம் தாறுமாறாகக் கிடந்தன.

காலையில் நாங்கள் மாடியிலிருந்து கீழே வந்ததும் என் தாய், "எல்லோரும் உயிரோடு இருக்கிறீர்களல்லவா?" என்று முதற் கேள்வி கேட்டாள்.

ஆறரை மணி சுமாருக்கு ஐயர், பாரதியார் இருவரும் வந்தார்கள். "எல்லாரும் க்ஷேமமாக இருக்கிறார்களா? வீடு, சாமான்கள் போனால் போகட்டும்; உயிர் பிழைத்திருந்தால் போதும்" என்றார்கள். சற்று நேரம் பேசிக் கொண்டிருந்துவிட்டுப் புறப்பட்டார்கள்.

அப்போது ஐயர் என்னைக் கூப்பிட்டு, "யதுகிரி உங்களால் ஆனதைச் சரி செய்துகொண்டு சமையல் முதலியவற்றைக் கவனியுங்கள். வெளியில் ஏழைகளின் நிலைமை வெகு கஷ்டமாக இருக்கும். எங்களாலான உதவியைச் செய்துவருகிறோம். அம்மாவை எங்கும் ஸ்நானத்திற்குப் போக வேண்டாம் என்று சொல். வெளியில் பிணங்கள் மிதந்து வருகின்றன. இந்த அவாந்தர நிலை குறைந்த பிறகு குளத்தில் ஸ்நானம் செய்யலாம். நீங்களும் வெளியே வராதீர்கள். வீட்டிற்குள்ளேயே இருங்கள்" என்று சொல்லிவிட்டுச் சென்றார்.

நாங்கள் அவர் சொல்லியபடியே இருந்தோம். ஆனால் என் தாய் கேட்கவில்லை. கடலிலோ, குளத்திலோ குளித்து வரப் புறப்பட்டாள். வழியில் பார்ப்பவர்கள், "அம்மா இதுவே குளம் என்று முழுகிவிட்டு வீடு திரும்புங்கள், தெருவில் நடக்க முடியாதபடி மரங்கள் குறுக்கே விழுந்து கிடக்கின்றன. குளத்தைத் தேடுவது கஷ்டம்" என்றார்கள். யார் என்ன சொல்லியுங் கேளாமல் என் தாய் குளத்தில் குளித்துவிட்டுப் பன்னிரண்டு மணிக்கு வீடு வந்து சேர்ந்தாள்.

சுதேசிகள் முதலில் தங்கள் கையில் இருந்த பணத்தைப் போட்டு, நாகசாமி முதலிய நாலைந்து பேர்களைத் தண்டலுக்கு அனுப்பினார்கள். குடிசைகளில் சிக்கி மடிந்தவர்களை எடுத்துப் போட்டார்கள். அடிபட்டவர்களை, வீடு வாசல் எல்லாம் இழந்து தவிப்பவர்களை ஒருங்கு சேர்த்தார்கள். அடிபட்டவர்களுக்குச் சிகிச்சை செய்தார்கள். மடிந்தவர்களுக்குச் செய்ய வேண்டியதைச் செய்ய ஏற்பாடு பண்ணினார்கள். தண்டல் செய்து வந்தவர்களில் ஒருவரை ஈசுவரன் தர்மராஜா கோயிலில் கூழ் காய்ச்சும்படி ஏற்பாடு செய்தார்கள். இவர்களோடு புதுச்சேரியில் இருந்த பரோபகாரிகளும் சேர்ந்துகொண்டார்கள். சாய்ந்த தென்னை மரங்களின் மட்டைகளை ஓரிடத்தில் சேர்த்து ஓலையாக வேயும்படி செய்தார்கள். சிலரை மண் கலந்து சுவர் எழுப்பிக் குடிசை கட்டும்படி செய்தார்கள். குடிசைகள் கட்டி முடியும்

வரை யாரும் சோம்பேறித்தனமாகக் காலங்கழிக்கும்படி விடாமல் கண்ணாய்க் காவலாய்க் காத்தார்கள். வேலைகளை ஆளுக்கு இவ்வளவு என்று பகுத்துக் கொடுத்துத் தாங்களும் அவர்களுடன் வேலை செய்தார்கள்.

இத்தனை சங்கடங்களிடையேயும் பாரதியாரின் இயற்கை ரசனை குறையவில்லை. மறுநாள் வீட்டிற்கு வந்திருந்தபோது பின்வரும் செய்தியைச் சொன்னார்:

பாரதி: இதோ பார் யதுகிரி, தலை நரைத்த கிழவி ஒருத்தி நான் தென்னம் ஓலை வேய்வதைக் கற்றுக் கொண்டிருந்தபோது என்னிடம் வந்தாள். "அப்பேன், என் வீடு விழுந்துவிட்டது. கரைந்தும் பெருகியும் போய்விட்டது. திக்கில்லை. கண்ணும் தெரிவதில்லை. என் பாகத்திற்கு நீயே கட்டிக்கொடு அப்பா. உனக்குப் புண்ணியம் வரும்" என்றாள். நான் "எது உன் வீடு அம்மா?" என்று கேட்டேன். அவள் சுவர், கூரை, கதவு ஒன்றுமே இல்லாத வாசல் சட்டம் ஒன்றைக் காட்டினாள். அதைப் பார்த்துவிட்டு நான் உரக்கச் சிரித்தேன். அதற்கு அவள், "காற்று மழைக்கு முன் என் வீட்டை நீ பார்த்திருந்தால் இப்படிச் சிரிக்கமாட்டாய். அதன் அழகைக் கண்டு மகிழ்ந்திருப்பாய். இன்று விழுந்தது. கொச்சிப்போய்விட்டது. சிரிக்கிறாய். இந்த உடலும் ஒரு நாள் அதே மாதிரித்தான் ஆகப்போகிறது. எல்லாம் யமனைப் போன்ற காற்றின் கோலம்!" என்றாள். எனக்கு இரக்கமாய்ப் போய்விட்டது. 'அவள் சொல்வதும் உண்மை. உயிர்போன பிறகு வெளிச்சம் எலும்புக்கூடுதானே?' என்பது சட்டென்று என் மனத்தில் உறுத்தியது. "ஆகட்டும் ஆயா. கட்டித் தருகிறேன்" என்றேன். எல்லோருமாகக் கட்டிக் கொடுத்தோம்.

பாரதியார் கூறிய மேற்குறித்த விஷயம் மறுநாள் 'சுதேசமித்திர'னில் பாரதியாரின் வியாசத்தில் பிரசுரமாகியது.

"சங்கராச்சாரியாரின் 'மாயை நீங்கினால் நிர்வாணம்' என்பதற்கு அன்று பொருள் கண்டேன். காற்றில்லா விட்டாலும் வெறும் சட்டம்; காற்று மிதமீறினாலும் வெறும் சட்டம்" என்பார் பாரதியார்.

அன்று பகலில், "குழாய், மின்சார விளக்கு எல்லாம் முன்போல் நேராக ஒரு மாதம் செல்லும். பொது ஜனங்கள், முக்கியமாகக் குழந்தைகள், பெண்கள் ஒரு வாரம் வரையில் தெருவில் நடமாடக்கூடாது. எல்லோரும் வேறு விளக்குகள் தயார் செய்துகொள்ள வேண்டும்" என்று தண்டோராப் போட்டார்கள்.

தென்னஞ் சோலையாகவும் பூவரசஞ் சாலையாகவும் காட்சி அளித்த ஊர் ஒரே மணல் பூமிபோல் ஆகிவிட்டது.

முனிசிபாலிடியாருக்கு மரங்களை எடுத்துத் தெருவை முன் போல் சீர் செய்வதற்கே ஒருமாதம் சென்றது.

"பூவரசங் கிளைகளைச் சீராக நட்டுவிட்டால் நாலைந்து வருஷங்களில் முன்போல் சாலையாகிவிடும். அதைச் சொன்னால் முனிசிபாலிடி காதில் போட்டுக்கொள்வதில்லை. புதிதாக மரங்களை நடப் போகிறார்களாம்! என்ன பைத்தியம்!" என்று கலவை சங்கர செட்டியார் அங்கலாய்த்தார்.

குடிசை வேலை முடிந்த பிறகு ஏழை மக்கள் வெளி வேலைகளுக்குப் போகும்படி பரோபகாரிகள் ஏற்பாடு செய்தார்கள். காற்று மழையில் கள்ளுக்கடை, சாராயக்கடை எல்லாம் நிலமட்டமாயிருந்தன. குடியர்கள் குடிக்க வகையில்லாமல் சாதாரண ஜனங்களைப் போல் இருந்தார்கள்.

தர்மராஜா கோயிலில் சுமார் ஒரு மாதம் வரையில் ஏழைகளுக்கு வயிறார இரண்டு வேளை கூழ் வார்க்கப்பட்டது. சுதேசிகள் ஒருமாதம் வரை கூலிகளோடு கூலிகளாக உழைத்தார்கள்.

இதற்குப் பிறகுதான் எங்கள் வீட்டைச் சீர்திருத்த ஏற்பாடு நடந்தது. கொத்து வேலை செய்பவர்களுக்குக் கிராக்கி அதிகம். விழுந்த சுவர்களை எழுப்ப இரண்டு மூன்று மாதம் சென்றது. எங்கள் வீடு ஒன்று மட்டும் அல்ல; புதுச்சேரி முழுவதுமே அப்படி இருந்தது. வனவாசம் என்பதை நமக்குக் காட்டுவதைப் போல் இருந்தது ஊரின் தோற்றம். ஆயினும் பாரதியாரின் சிரிப்பும் தமாஷும் குறையவில்லை. 'திக்குகள் எட்டும் சிதறி' என்று மழை பெய்வதைப் போல் அப்படியே அபிநயத்தோடு பாடிக் காண்பிப்பார்.

அவசர வேலைகள் முடிந்த பிறகு, முன்பு சுற்றி வந்த மடு, தோப்பு முதலிய இடங்களுக்குச் சுற்றி வரப்போனார் பாரதியார். ஒரு சின்னத் தோப்பு. நூறு மரங்களுக்குமேல் இல்லை. அங்கே சில மரங்கள் மட்டுமே விழுந்து பாக்கி எல்லாம் சீராக இருந்தன. அதைக் கண்டதும் ஏழையின் தோப்பைக் காத்த பராசக்தியைப் பாட வேண்டும் என்று அவருக்குத் தோன்றியதாம். 'பிழைத்த தென்னந்தோப்பு' என்ற தலைப்பில் ஒரு கவிதை செய்தார். "ஏழை என்றால் காற்றிற்குக் கூடக் கருணை என்பதற்கு இதைவிட உதாரணம் வேண்டுமா?" என்றார். மறுநாள் நாங்கள் எல்லோரும் அங்கே சென்று பார்த்தோம். பாரதியார் பாடிய பிறகு தென்னந்தோப்பு ஒரு கண்காட்சித் தோப்பாக ஆகிவிட்டது. ஊர் ஜனங்களெல்லாம் போய்ப் பார்த்து சந்தோஷித்தனர்.

இதேநாளில் ஜப்பானில் ஒரு புதிய சட்டம் பிறப்பிக்கப்பட்டது. அந்த ராஜ்யத்தை ஒரே சமனாகப் பகுத்து எல்லா ஜப்பானியருக்கும் ஆளுக்கு இவ்வளவு என்று பிரித்துக் கொடுத்து விடுவது; இனி பிச்சைக்காரர்களும் சோம்பேறிகளும் தங்கள் தேசத்தில் இருக்கக் கூடாது என்று செய்தார்கள். இதைப் பார்த்த புதுவை சுதேசித் தலைவர்கள் நம் நாட்டில் ஒரு சின்னக் குடும்பம் பிழைக்க எவ்வளவு வேண்டும் என்று ஆராய்ந்தார்கள். அதைப் பாரதியார், 'காணி நிலம் வேண்டும்' என்ற பாட்டில் பாடிக் காட்டியிருக்கிறார்.

"இருபது வயது தாண்டினால் தனிக் குடும்பம் செய்ய வேண்டும். பெற்றவர்கள் அதுவரையிலேதான் காப்பாற்றக் கடமைப்பட்டவர்கள். அதன் பிறகு அவரவர்கள் வயிற்றுப்பாட்டை அவரவர்களே கவனித்துக் கொள்ள வேண்டும். தாய் தந்தையர்களுக்குப் பாரமாக இருக்கக் கூடாது" என்பார் அவர்.

– யதுகிரி அம்மாள், *பாரதி நினைவுகள்*, பக். 106–114.

~~

4

ஆ.ஜி. ரங்கநாயகி

மூன்று சுதேசிகள்

பாத்திரங்கள்: ஸ்ரீ.ஸ்ரீ. ஆச்சாரியா, பாரதி, ஐயர், சங்கர செட்டியார், ரங்கா, யதுகிரி, சகுந்தலா, ஆண்டாள், நாகசாமி, சாமிநாதன், சிவஸ்வாமி, வேலைக்காரப் பையன், ஊர் ஜனங்கள் சிலர்.

இடம்: ஆச்சாரியார் வீடு. காலை வேளை.

"நளவருஷம் கார்த்திகை மாதம் புயல்" (22-11-1916) என்று புகழ் பெற்று விட்ட புயல் புதுச்சேரியில் பெரு நஷ்டம் விளைவித்தது. மக்களுக்கு பாரதி, ஐயர், ஆச்சாரியார் முதலியவர்கள் உதவி செய்தனர்.

புயற் காற்று வந்த மறு நாள் காலை. எல்லாருடைய வீட்டிலும் ஒரே குழப்பமாய் இருக்கிறது. ஒவ்வொரு வீட்டிலும், நீங்கள் க்ஷேமமா? என்று ஒருவரை ஒருவர் கேட்டுக் கொண்டிருக்கிறார்கள். பெரிய பெரிய மாடி வீட்டுக்காரர்கள் மாடியின் மேல் நின்று கொண்டு வேடிக்கை பார்க்கிறார்கள். வீதியில் முழங்கால் வரை ஜலம் தேங்கி நிற்கிறது. வீட்டு சாமான்கள், கதவு, கம்பம், வாசல், நிலைப்படி முதலியவை நீளதெப்பம்போல மிதந்து போய்க்கொண்டே யிருக்கின்றன. ஸ்ரீ.ஸ்ரீ. ஆசாரியர், வீட்டு வெளி மாடியின் மேல் நின்றுகொண்டு பாரதி, ஐயருடன் பேசிக் கொண்டிருக்கிறார்கள். தூப்ளே ராஜ வீதியில் ஏழைகள் எல்லாம் வந்து தங்களுடைய துக்கங்களைச் சொல்லிக்கொள்ளுகிறார்கள்.

முதல்வன்: ஐயோ! எங்கள் வீட்டில் என் பெண் ஜாதியின் மேல் சுவர் விழுந்து எழுந்திருக்க முடியாமே கஷ்டப்பட்டுக் கொண்டிருக்கிறாள்! சாமான்கள் எல்லாம் மழையில் கரைந்து போய் சட்டிப் பானைகள் எல்லாம் உடைந்து, நிற்க இடமில்லாதபடியாய்விட்டதே, என்ன செய்வதோ தெரியவில்லையே!

இரண்டாமவன்: என் குடிசை காற்றில் பறந்துபோய், நிலம் சமனாய் விட்டது! பிள்ளை குட்டிகளுக்கு நிற்ககூட இடமில்லை. அதுகளைப் பெற்ற தாய் இன்றே இறந்து விட்டாள். அந்தச் சவத்தை எடுத்துப் போடக்கூடப் பணமில்லையே! (அழுகிறான்.)

கிழவன்: வாருங்களடா! மாடியின் மேல் இருக்கும் ஐயன்மார் வீடுகளில் போய் முறையிட்டுக்கொள்ளலாம். நடு வீதியில் கலாட்டா செய்தால், போலீஸ்காரர்கள் வந்துவிடுவார்கள்.

[எல்லோரும் ஶ்ரீ.ஶ்ரீ. ஆசாரியாரின் வீட்டுவாசலில் வந்து நிற்கிறார்கள்.]

எல்லோரும்: தரும துரைமார்களே! எங்களுக்கு ஒரு வாய் கஞ்சி ஊத்த ஏதாவது ஒரு வழி செய்யுங்களேன்.

ஶ்ரீ.ஶ்ரீ. (வேலைக்காரப் பையனைக் கூப்பிட்டு): டேய் பையா! அவர்களை எல்லாம் ஏதாவது ஒரு இடத்தில் இருக்கும்படி சொல்லு. நாங்கள் எல்லாரும் அங்கே அவர்களுக்குச் சாப்பாடு ஏற்பாடு செய்வதாய்ச் சொல்லு.

பையன்: அப்படியே செய்கிறேன்.

[வெளியே போய் அவர்களைச் சமாதானம் செய்து அனுப்புகிறான். நாகஸாமி, சாமிநாதன், சிவஸ்வாமி முதலியவர்கள் வருகிறார்கள்.]

ஐயர் (நாகசாமியைப் பார்த்து) : நீங்கள் எல்லாரும் பெரிய மனிதர்கள் வீட்டுக்குப் போய் எல்லாரிடமும் ஏழைகளுக்கு கூழ்வார்க்க தருமராஜா கோவிலில் ஏற்பாடு பண்ணி இருப்பதாய்ச் சொல்லி, அதற்கு சகாயம் செய்யும்படி கேட்டு அவர்கள் கொடுத்ததை வாங்கிக் கொண்டு வாருங்கள்.

நாக: சரி அப்படியே செய்கிறோம்.

[மூவரும் வெளியே போகிறார்கள்]

பாரதி: நாமும் ஊரைச் சுற்றிப்பார்த்துக் கொண்டு வரலாமா?

ஸ்ரீ.ஸ்ரீ. : இதோ போகலாம் வந்து விடுகிறேன். (என்று சொல்லி விட்டு, வேறு வேஷ்டியை உடுத்திக்கொண்டு, கீழே போய்க் குழந்தையைப் பார்த்துவிட்டு, யதுகிரியைப் பார்த்து) நாங்கள் வெளியேபோய் ஊர் எல்லாம் சுற்றி எப்படி இருக்கிறது என்று பார்த்துவிட்டு எங்களால் ஆன உதவியை ஏழைகளுக்குச் செய்துவிட்டு வருகிறோம். நீ கொஞ்சம் வீட்டையும் குழந்தையையும் பார்த்துக்கொள். உங்கம்மா வந்து விடுவாள்.

யதுகிரி: ஐயா, நாங்களும் வரலாமா? பார்க்க எனக்கு ஆவலாயிருக்கிறது.

ஸ்ரீ.ஸ்ரீ. : இப்போது வேண்டாமம்மா. நாளைக்குப் போகலாம் இல்லாவிடில் சாயங்காலம் போகலாம்.

யதுகிரி: சரி நீங்கள் போய் வாருங்கள்; வீட்டை நான் பார்த்து சரிபடுத்துகிறேன்.

[ஸ்ரீ.ஸ்ரீ. ஆசாரியர் மாடிக்குப் போகிறார். அங்கே உள் வராண்டாவில் ரங்கா கண்ணாடி உடைந்து போன ஒரு கிருஷ்ணர் படத்தைக் கையில் எடுத்துக்கொண்டிருக்கிறாள். அப்போது பாரதி வருகிறார்.]

பாரதி: என்ன செய்கிறாய், ரங்கா? கையில் கண்ணாடித் துண்டு ஏதாவது பொத்துக் கொண்டு விட்டால், வெகு அபாயம்! கீழே பார், எவ்வளவு தண்ணி நிறைந்திருக்கிறது!

ரங்கா : தண்ணியில் நனைந்து விட்டதால் படத்தின் நீல வர்ணம் எல்லாம் போய் விட்டதே! எவ்வளவு அழகான படம் அநியாயமாய்ப் போய் விட்டது!

ஐயர்: படம் போனால் போகிறது. நீ இந்தப் பக்கம் வந்து விடு. எத்தனையோ ஜனங்கள் உயிருக்கே சேதம் உண்டாயிருக்கும் போது இந்தப் படத்திற்காகக் குறைப்படுவாளா? இதோ பார், நாங்கள் எல்லோரும் ஊரைச் சுற்றிப் பார்த்து வரப் போகிறோம். நீயும் வருகிறாயா?

ரங்கா: இல்லை. வீட்டில் அக்கா ஒருத்தியே இருக்கிறாள். அதுவும் இல்லாமல், அம்மாவைக் குளத்திற்கு ஸ்நானம் செய்ய அழைத்துப்போக வேணும்.

பாரதி: ரங்கா, நீ இப்போது வேண்டாம். உன்னையும், சகுந்தலா, ஆண்டாள், எல்லாரையும் நான் சாமிநாதனை அனுப்பி அழைத்துவரச் சொல்லுகிறேன். அப்போது வாருங்கள்.

ஸ்ரீ.ஸ்ரீ. : ஐயர், பாரதி வருகிறீர்களா, போகலாம்.

பாரதி: உங்கள் ஸம்ஸாரத்தை வீட்டிலேயே ஸ்நானம் செய்யச் சொல்லுங்கள். எங்கு பார்த்தாலும் மரங்களும் பிணங்களும் தண்ணியில் நிறைய விழுந்து ப்ரளயக் காலம் போல ஆகி விட்டிருக்கிறது.

[மூவரும் பேசிக்கொண்டே கீழே யிறங்கி வெளியில் போய் விடுகிறார்கள். மத்தியான வேளை சகுந்தலாவும் சாமிநாதனும் வருகிறார்கள்.]

சகுந்தலா: ஆண்டாள், ரங்கா, வாருங்கள். ஏழைகளுக்குக் கூழ் வார்ப்பதைப் பார்க்கலாம்.

ஆண்டாள்: இதோ வருகிறோம். அக்கா ! குழந்தையைப் பார்த்துக் கொள். அம்மா தூங்குகிறாள். அவளிடம் சொல்லி விடு. நாங்கள் வருகிறோம். வா சகுந்தலா !

[பேசிக்கொண்டே தர்மராஜா கோவிலுக்குப் போகிறார்கள். அங்கே ஸ்ரீ.ஸ்ரீ. ஆச்சாரியர், பாரதி, ஐயர், சங்கர செட்டியார், மற்றும் சில தனவான்கள் மேல் பக்கமாய் நின்றுகொண்டிருக்கிறார்கள். ஏழைகளெல்லாம் பாத்திரங்களை வைத்துக்கொண்டு இருக்கிறார்கள். கீழே சிலர் துணிகள் இல்லாமல் கந்தலை உடுத்தி ரொம்பக் கஷ்டப்படுகிறார்கள். சிலர் வயிற்றுக் கில்லாத குழந்தைகளை சமாதானப்படுத்துகிறார்கள். சிலர் செத்தவர்களைப் பற்றி துக்கம் கொண்டாட ஆரம்பிக்கிறார்கள். இந்தக் கஷ்டத்தைப் பார்க்க முடியாமல், அந்த ஏழை ஜனங்களின் மனதை மூன்று சுதேசிகளும் வேறு விதமாய்த் திருப்பி, உத்சாக மூட்டும் வகையில் மெதுவாக வேலையை செய்வித்தும், பேசியும் பாடியும் காண்பிக்கிறார்கள்.]

பாரதி: (பாடுகிறார்)

பாருக்குள்ளே – நல்லநாடு
எங்கள் பாரதநாடு

ஞானத்திலே – பரமோனத்திலே – உயர்
மானத்திலே – அன்னதானத்திலே
கானத்திலே – அமுதாக நிறைந்த
கவிதையிலே – உயர்நாடு இந்த (பா)

தீரத்திலே – படை வீரத்திலே – நெஞ்சில்
ஈரத்திலே – உபகாரத்திலே
சாரத்திலே – மிகுசாத்திரங்கண்டு
தருவதிலே உயர்நாடு – இந்த (பா)

எழுந்திருங்களப்பா! ஒருவன் தீயை அடுப்புக்குப்போட்டு மூட்டுங்கள், ஒருவன் அடுப்பின் மேல் பாத்திரத்தில் தண்ணியை

விட்டு வைத்துக் கொதிக்க வையுங்கள். ஒருவன் மாவைக் கரைத்து உப்பு போட்டு கொதிக்கும் ஜலத்தில் அதைக் கொட்டிக் கிளறுங்கள்.

[என்று கூறி, மறுபடி பாடுகிறார்.]

ஐயர் (இன்னொரு புறம், சாமிநாதனைப் பார்த்து): யார் யாரோ வீட்டிலிருந்து துணிகள் வாங்கிவைத்திருப்பதாய்ச் சொன்னாயே, அந்தத் துணிகளைத் துணியில்லாத குழந்தைகளின் தாய்மார்களுக்குக் கொடு.

ஸ்ரீ.ஸ்ரீ. (இன்னொருபுறம், துக்கப்படுகிறவர்களைப்பார்த்து): நீங்கள் உட்கார்ந்து இருக்கும் இடங்கள் எல்லாம் சுத்தம் செய்து கொள்ளுங்கள். அதற்குள் சாப்பாடு தயாராகிவிடும். போனவர்களை நினைத்து வீணாய் துக்கப்படுவதில் என்ன பிரயோஜனம்? இருப்பவர்களுக்கு வழியைத் தேடுங்கள்.

சங்கர செட்டியார்: ஐயோ பாவம்! இதுவும் ஒரு சோதனையா! மிகவும் அநியாயம்! இவ்வளவு நாளும் மழை இல்லையே என்ற ஜனங்கள் தவித்த தவிப்புக்கு, இப்படி ஒரு காற்றும் மழையுமாய் அடித்து நொறுக்கித் தள்ளி விட்டதே. நினைத்தாலே மனம் நடுங்குகின்றதே! இன்னும் இவர்களைப் பார்த்தால், கஷ்டம் கேட்கவே வேண்டாம்!

ஐயர் : செட்டியாரே! அது என்னமோ நிஜம்தான். ஆனால் அவர்கள் முன்னமேயே மனம் வெதும்பி இருக்கும்போது நாமும் அவர்களை பாதாளத்துக்குத் தள்ளுவது போல அவர்களுடன் கூடிப்பாடுவது சரியல்ல. இன்னும் மேலே நடப்பது எப்படி சொல்லும்! அதனால்தான் அவர்களிடமே வேலை வாங்குகிறது.

சங்கர : வாஸ்தவம்தான்! வாங்க அங்கெல்லாம் போய்ப் பார்க்கலாம்.

ஐயர்: இல்லை. இன்னும் இவர்களுக்கெல்லாம் கூழ்வார்த்த பிற்பாடுதான் நாங்கள் சாப்பிடவே போவோம்.

ஸ்ரீ.ஸ்ரீ. (புஷ் வண்டிக்காரனைப் பார்த்து): டேய் அந்த பிணங்களை எல்லாம் எடுத்துப் போய் மண்ணு செய்து வந்தீர்களா? நீங்கள் எவ்வளவு வண்டிக்காரன்கள் போய் இருந்தீர்கள்?

புஷ்: சுமார் நாலைந்து வண்டியில் அனாதைப் பிணங்களைத் தூக்கிப்போட்டோம். பாக்கியை அவர்கள் சொந்தக்காரர்களே எடுத்துப் போய்விட்டார்கள், சாமி!

ஸ்ரீ.ஸ்ரீ. (அவனிடம் சில ரூபாய்கள் கொடுத்து): சரி, இந்தா, இதை நீங்கள் எல்லாரும் பங்கு போட்டுக் கொள்ளுங்கள்.

பாரதி *(மூன்று சிறுமியர்களையும் பார்த்து)*: எப்போது வந்தீர்களம்மா?

ரங்கா: நீர் 'பாருக்குள்ளே' பாடிக்கொண்டிருக்கும்போதே வந்து விட்டோம்.

பாரதி: ஊர் எல்லாம் சுற்றி வந்தீர்களா? எப்படி இருக்கிறது?

சகு: அப்பா! சமுத்திரம் எவ்வளவு கிட்ட வந்து விட்டிருக்கிறது தெரியுமா? மணல் மேல்படியெல்லாம் முழுகி விட்டது. இரும்பு வாராவதிகூட நடுக்கடலில் இருப்பது போலத் தெரிகிறது.

ஆண்டா: அதிகம் எனக்குச் சொல்லத் தெரியவில்லை. எங்க ஐயா எழுதி இருக்கிற 'யுகஸந்தி' முன்னுரையில் எழுதின வர்ணனையைப் போல் இருக்கிறது, இன்று இந்த ஊர் என்று சொல்லுவேன்.

ரங்கா: ஆமாம், ஆனால் அந்தக் கிழவனும் சிறுவனும் சண்டை போடுவது தெரிகிறதா, என்ன?

பாரதி: சரியாகச் சொன்னாய். ஆண்டாள்! *(ரங்காவைப் பார்த்து)* நீ சொல்லியதையும் காணலாம், அவசரப்படாதே.

[எல்லோரையும் கூழ்வார்க்க உட்காரவைக்கிறார்கள். நாலைந்து வரிசையாக உட்காரச் சொன்னாலும் கஞ்சியை எடுத்து வரும்போதே 'நான் முந்தி, நான் முந்தி' என்று ஒருவர் மேல் ஒருவர் தள்ளிக்கொண்டு எழுந்திருக்கிறார்கள். அதற்குள் மூன்று சுதேசிகளும் நின்று சமாதானப்படுத்தி தாங்கள் கையாலேயே அவர்களுக்கு வயிறு நிரம்பக் கூழ்வார்த்து வருகிறார்கள். அப்பொழுது ஒரு சிறு பையன் பாரதியின் மேல் விழுந்து விடுகிறான். அவனை, கஞ்சி காய்ச்சிய கிழவன் வந்து ஏசி, ஓட்டுகிறான்.]

கிழவன்: டேய் அதிகப் பிரஸங்கி! பெரியவங்க மேல் விழுகிறாயே! உனக்கு நல்லதாகுமா? வெளியே போ! உனக்கு நான் கஞ்சி தரமாட்டேன்.

பையன்: நீ கஞ்சி தராமே போனால் நீ எடுத்து வரும் ஏனத்தையே தலைகீழாகக் கவிழ்த்து விடுவேன் தெரியுமா? ஏதோ தெரியாமல் அவங்க மேலே விழுந்து விட்டேன்.

கிழவன்: பார்ப்பார்மேலே விழுந்ததுமில்லாதே மட்டுமரியாதை இல்லாமே பேசுகிறாயா?

[அடிக்க வருகிறான் அப்போது பாரதியார் தடுக்கிறார்.]

பாரதி: அப்பேன்! சும்மாயிரு! இந்த வேளையிலே ஒன்றும் செய்யாதே. காலம் மாறிக்கொண்டு வரும் வேளை. *(சிறுவனைப் பார்த்து)* பயப்படாதே! உனக்கு நான் கஞ்சி வயிறு நிரம்பத் தருகிறேன். அஞ்சாமல் இரு. *(பாடுகிறார்.)*

> பார்ப்பானை ஐயர்என்ற
>   காலமும் போச்சே – வெள்ளைப்
> பரங்கியைத் துரையென்ற
>   காலமும் போச்சே – பிச்சை
> ஏற்பாரைப் பணிகின்ற
>   காலமும்போச்சே – நம்மை
> ஏய்ப்போருக் கேவல்செய்யும்
>   காலமும் போச்சே   (ஆடுவோமே)

[பாடிக்கொண்டே சிறுவனுக்குக் கூழ் வார்க்கிறார்]

ஸ்ரீ.ஸ்ரீ. நல்ல சரியான சமயத்தில் பாடினீர்!

ஐயர்: ரங்கா சொன்னபடி சரியான சண்டை நடத்த வில்லையல்லவா?

[எல்லோருடைய சாப்பாடும் முடிவடைகிறது. எல்லாரும் அப்படியே கண் அயர்கிறார்கள். கனவான்கள் எல்லோரும் இன்னும் ஏதாவது சகாயம் தங்கள் கையிலானதைச் செய்வதாய் மூன்று சுதேசிகளிடத்திலும் சொல்லிப் போகிறார்கள். இவர்களும் தத்தம் வீடு போய்ச் சேருகிறார்கள்.]

(திரை)

– ஆ.ஜி. ரங்கநாயகி, *பாரதியார் இல்லற நாடகம்,* பக். 52–60.

~~

5

பாரதிதாசன்

நளவருடக் காற்று

இரவு 8 மணிக்கெல்லாம் காற்று புயலாக மாறித் தன் வாலை அவிழ்த்து விட்டது. அதனோடு பெருமழை வீடுகளின் அஸ்திவாரத்தைத் தோண்டுகிறது. அவற்றோடு விண்வீழ் கொள்ளி ஆகாயத்தில் நீந்திப் பூலோகத்தில் இறங்குகின்றது.

புதுவை வட்டாரத்தை, நகரங்களை, சிற்றூர்களைப் பூமியோடு பெயர்த்துப் பொடியாக்கி வங்காள விரிகுடாவில் கரைக்கும் முயற்சி இதுவே என்று மக்கள் நடுங்குகிறார்கள்.

சில வீடுகளின் மேற்கூரைகளும் சிற்றூரில் ஆல் முதலிய பெருமரங்களும் வானிற் சுழன்று வட்டமிடுகின்றன.

தந்திக் கம்பிகள் தரையில் சிலந்திக்கூடு. வட்டார மக்கள் நடுங்கும் நடுக்கத்திலும் ஒருள்ளம் மட்டும் அமைதியான வேகத்தில் காற்று என்பது பற்றிய பாட்டை ராகத்தோடு உரக்கப் படிக்கிறது.

பாரதியின் இடதுகை, எரியும் மெழுகுவத்தி அணையாமல் காத்துக்கொள்ளுகின்றது.

பாரதி அமைதியுள்ளம் செல்லம்மாவையும் பெண் குழந்தைகளையும் அச்சந்தவிர் என்கிறது.

பொழுது விடிந்தது

அலங்கோலமாகக் காட்சியளிக்கும் நகரின் தெருவெல்லாம் பாரதி, நகரின் அருகில் அமைந்த சிற்றூரிலெல்லாம் பாரதி.

பாரதி, தாம் கண்ட காட்சிகளைப் பற்றி மக்கள் அடைந்த இன்னல்கள் பற்றிச் 'சுதேசமித்திர'னில் எழுதித் தள்ளுகிறார்.

பாரதி கவிஞர் மட்டுமல்லர். தேசபக்தர் மட்டுமல்லர். அவர் தன்னலங்கருதாத மக்களின் தொண்டர் என்று மக்கள் பேசிக்கொண்டார்கள்.

மூன்று நாளைக்குப் பின்

சுப்புரத்தினம் தம் வீட்டில் கட்டிலில் காய்ச்சலோடு படுத்துக்கிடக்கிறார். அவர் உடம்பில் தைத்திருந்த பெரும் பெரும் முட்களை டாக்டர் எடுத்து புண்தோறும் மருந்து வைத்துக் கட்டியிருக்கிறார்.

பாரதி ஆலங்குப்பம் வைத்தியலிங்க நாய்க்கர் இருவரும் வந்து நிலைமையை விசாரித்து அருகில் உட்கார்ந்திருக்கிறார்.

அவர்களோடு சுப்புரத்தினம் தாயார் தமையனார் முதலிய உறவினரும் சூழ்ந்திருக்கிறார்கள். தெருவார் எல்லாரும் வந்து விடுகிறார்கள்.

வேணு நாய்க்கர் வந்து பாரதியை வணங்கி "காற்றடித்தபின் நீங்கள் ஊர் மக்களின் நன்மையில் அக்கறை எடுத்துக் கொண்டீர்கள். உங்கள் பரோபகாரத்தை மக்கள் எல்லாரும் பாராட்டுகிறார்கள்".

பாரதி: வேணு, நான் காற்றுச் செய்த தொல்லையில் மக்களின் நிலையை எண்ணி நேரில் அங்கங்குச் சென்று நிலைமையை மித்திரனுக்கு எழுதினேன். இது பரோபகாரந்தான். நீ பரோபகாரம் என்பதன் முழு உருவத்தையும் தெரிந்து கொள்ள வேண்டுமானால் இதைக் கேள்:

காற்று மழை விண் வீழ்கொள்ளி இவை ஆலங்குப்பத்தில் – நாய்க்கர் வீடு தவிர மற்றவர் வீடுகளையெல்லாம் தரை மட்டமாக்கிவிட்டன. ஆடு மாடுகளில் ஒரே ஒரு வெள்ளாட்டுக்குட்டி தவிர மற்றவையெல்லாம் இடிபாடு களில் புதைந்து மடிந்தன.

ஆலமரம், அரசமரம், தென்னை, பனை முதலிய பெருமரங்கள் எல்லாம் கட்டவிழ்த்து உதறிய துடைப்பங்குச்சிகள்.

தம் வீட்டில் எவரும் இல்லை. அனைவரும் வெகுதூரத்தில் தூக்கி எறியப்பட்டிருந்தனர்.

சுப்புரத்தின வாத்தியார், இதோ வைத்தியலிங்க நாய்க்கர் மற்றும் ஆலங்குப்பத்து எத்தாசிவில் கொம்மி ஷண்முகம் மூவரின் நிலை என்ன தெரியுமா?

ஊருக்கப்பால் வயற்புறத்தில் மண்டிக் கிடந்த வெள்ளத்தில் வீசி யெறிந்தது சுழன்றடிக்கும் புயல்.

தலையைக் கிளப்பினால் மூச்சுத் தாங்கவில்லை. இருக்குமிடத்திலேயே காலந்தள்ள எண்ணினால் வெள்ளத்தில் மூழ்கிச் சாக வேண்டும்.

இந்த நிலையில் சுப்புரத்தினம் மற்ற இருவரையும் சிறிது தூரத்தில் இருந்த மேட்டுப்பாங்கைத் தேடி அங்கே கொண்டுபோய்ச் சேர்த்திருக்கிறார்.

மேட்டிலும் காற்றின் எதிர்ப்பு இருவரையும் கொன்று விடும் நிலையைச் சுப்புரத்தினம் உணர்ந்தார்.

தாம் இருப்பது எந்த இடம் என்ற நினைவும் தோன்ற வில்லை.

இந்த நிலையில் ஒரு மணி நேரம் – வேலி முள்ளிலும் – உறையில்லாத கிணற்றிலும் தூக்கி எறியும் காற்றையும் சமாளித்து ஒரு கோயிலைக் கண்டு, உடனே திரும்பி வந்து இருவரையும் ஒவ்வொருவராகத் தூக்கிக்கொண்டு போய்க் கோயிலிற் சேர்த்தார் சுப்புரத்தினம்.

கோயிலைத் தேடினார் – கண்டார். அதன் பிறகு இரு சீவன்களுக்காகத் திரும்பி வந்தார். அந்த இடந்தான் பரோபகாரம் என்பது தன் முழு உருவத்தையும் காட்டுகிறது.

இதைத் தொடர்ந்து சுப்புரத்தினம் தமையனாராகிய சுப்பராயன் பேசுகிறார்:

ஆலங்குப்பத்திலிருந்து வந்தான் – அம்மா என்றான் அண்ணா என்றான். மூன்றாவது – பாரதி சவுக்கியமா என்றான்.

சவுக்கியம் அவருக்கு ஒன்றுமில்லை என்றோம்.

படுத்தான் கட்டிலில் – காய்ச்சல் துவக்கிற்று. உடலைத் தூக்கித் தூக்கிப்போடுகிறது. எவ்வளவோ மருத்துவம் நடக்கிறது. இன்னும் உணர்வு தோன்றவில்லை.

(அனைவரும் அழுதார்கள்)

அன்று மாலை

சுப்புரத்தினத்தை அரவிந்தர் வீட்டிற்குப் பாரதி கொண்டு போனார்.

அரவிந்தர்: உங்கள் பரோபகாரம் நாட்டுக்கே பயன் விளைக்கக்கூடியது. நீங்கள் வாழ்க!

– மகாகவி பாரதியார் வரலாறு, மகாகவி பாரதியார் வரலாற்றுத் திரைப்படத்திற்காகப் பாரதிதாசன் எழுதிய காட்சி வரிசைச் சுருக்கம்
– *பாட்டுப் பறவைகள்*, பக். 192–195.

~~

பயன்பட்ட நூல்கள், இதழ்கள்

அனந்தாச்சாரி, ஆக்கூர், *கவிச்சக்கரவர்த்தி சுப்ரமண்ய பாரதி சரிதம்*, கிட்டப்பா மலர்ப் பிரசுராலயம், செங்கோட்டை, 1936.

இராசு, செ. (தொகுப்பாசிரியர்), *பஞ்சக் கும்மிகள்*, காவ்யா, சென்னை, முதல் பதிப்பு: 2009.

இளங்கோ, ச.சு., *பாரதிதாசன் பார்வையில் பாரதி*, அன்னம், சிவகங்கை, முதற்பதிப்பு: 1982.

சகுந்தலா பாரதி, *என் தந்தை பாரதி*, (பதிப்பாசிரியர் ந. ரவிச்சந்திர பாரதி), பழனியப்பா பிரதர்ஸ், சென்னை, திருத்திய முதற் பதிப்பு: 2007.

சிற்பி, *பாரதி கைதி எண் 253*, அகரம், தஞ்சாவூர், முதல் பதிப்பு: டிசம்பர் 2001.

தங்கம்மாள் பாரதி, *தங்கம்மாள் பாரதி படைப்புகள்*, பதிப்பாசிரியர்: எஸ். விஜயபாரதி, வெளியீடு: அமுதசுரபி, சென்னை, முதல் பதிப்பு: டிசம்பர் 2004.

பத்மநாபன், ரா.அ., *சித்திரபாரதி*, காலச்சுவடு இரண்டாம் பதிப்பு: டிசம்பர் 2010, நாகர்கோவில் (சித்திரபாரதி முதல் பதிப்பு: 1957).

மன்னர் மன்னன், *கறுப்புக்குயிலின் நெருப்புக்குரல்*, முத்துப் பதிப்பகம், விழுப்புரம், முதற்பதிப்பு: டிசம்பர் 1985.

மன்னர் மன்னன், *பாட்டுப் பறவைகள்*, குயில் வெளியீடு, புதுச்சேரி, 2000.

முத்து, சு. நெல்லை, *பாரதி காவியம்*, மணிவாசகர் பதிப்பகம், சென்னை, முதல் பதிப்பு: டிசம்பர் 2016.

மொரே, ஜெ.பி.பி., *புதுச்சேரி வளர்த்த பாரதியார்*, வெளியீடு: தியாகி லெயோன் புருஷாந்தி நினைவுச் சங்கம், புதுச்சேரி, ஏப்ரல் 2011.

யதுகிரி அம்மாள், *பாரதி நினைவுகள்*, அமுத நிலையம் லிமிடெட், சென்னை, முதற்பதிப்பு: 1954.

ரகுபதி, கோ., *காவேரிப் பெருவெள்ளம் 1924 படிநிலைச் சாதிகளில் பேரழிவின் படிநிலை*, காலச்சுவடு பதிப்பகம், நாகர்கோவில், முதல் பதிப்பு: டிசம்பர் 2019.

ரங்கநாயகி, ஆ.ஜி., *பாரதியார் இல்லற நாடகம்*, வானதி பதிப்பகம், சென்னை, முதற் பதிப்பு: டிசம்பர் 1981.

ரவிசுப்பிரமணியன், *ஆளுமைகள் தருணங்கள்*, காலச்சுவடு பதிப்பகம், நாகர்கோவில், முதல் பதிப்பு: சனவரி 2015.

வ.ரா., *மகாகவி பாரதியார்*, பழனியப்பா பிரதர்ஸ், சென்னை, முதற் பதிப்பு: 1944, பதினொன்றாம் பதிப்பு: 1990.

விசுவநாதன், சீனி. (பதிப்பு), *கால வரிசைப்படுத்தப்பட்ட பாரதி படைப்புகள்*, எட்டாம் தொகுதி, வெளியீடு: சீனி. விசுவநாதன், சென்னை, முதற்பதிப்பு: டிசம்பர் 2007.

விசுவநாதன், சீனி. (பதிப்பு), *கால வரிசையில் பாரதி பாடல்கள்*, வெளியீடு: சீனி. விசுவநாதன், சென்னை, முதற்பதிப்பு: ஏப்ரல் 2012, மறு அச்சு: மே 2013.

விசுவநாதன், சீனி., *மகாகவி பாரதி வரலாறு*, வெளியீடு: சீனி. விசுவநாதன், சென்னை, முதற் பதிப்பு: டிசம்பர் 1996, மூன்றாம் மறு அச்சு: டிசம்பர் 2009.

இதழ்கள்

கலைமகள் (புதுவைக் கலைமகள் கழகத்தினின்றும் வெளிவரும் மாதாந்தப் பத்திரிகை), புதுச்சேரி, 1916 நவம்பர், டிசம்பர்.

சுதேசமித்திரன், 30–11–1916

சுதேசமித்திரன், 11–12–1916

சுதேசமித்திரன், 12–7–1917

~~

பின்னிணைப்புகள்

சுதேசமித்திரன், திங்கட்கிழமை.

புயற்காற்று.

(ஸ்ரீ. சி. சுப்பிரமணிய பாரதி எழுதியது.)

வெள்ளிக்கிழமை; திருக்கார்த்திகை.

முதலாவது குடிசைகள் வேண்டும். குடிசையில்லாமலும், பிழைப்பில்லாமலும் சில ஜனங்கள் குடியோடிப் போவதாக முத்தியாலுப் பேட்டை முதலிய இடங்களிலிருந்து செய்தி கிடைக்கிறது.

சில இடங்களில் தரையோடு கிடக்கும் மரங்களை வெட்டும்போது அடியிலே மனிதவுடல் அகப்படுகிறது. வெள்ளவாரிப் பக்கத்தில் மரத்தடியில் ஒரு குழந்தையின் கால் அகப்பட்டது. உடலில் மற்றப் பகுதி காற்றிலே போய்விட்டது. முத்தியாலுப் பேட்டையிலும், மரத்தைவிலக்கி எடுத்தவர் வெட்டிப் பார்க்கும்போது கீழே குழந்தையுடல் கிடந்தது.

நெல்லித்தோப்பு.

நெல்லித்தோப்பு என்ற கிராமம் புதுச்சேரிக்கு மேற்கே இரண்டு மைல் தூரத்திலிருக்கிறது. இங்கு புயற்காற்றுக்கு முன்னிருந்த வீடுகளின் தொகை சுமார் 450. இவற்றில் அடியோடே அழிந்துபோன வீடுகள் 50. சேதப்பட்டன பல. ஜனச்சேதம் 5 பேர் 3-ஸ்திரீ, ஒரு குழந்தை, ஒரு மனிதன். அனாதைகளாய் பிழைத்து, நிர்க்கதியாக நிற்போரின் தொகை ஐம்பதுக்கு மேலுண்டு.

சுதேசமித்திரன் – 11.12.1916 – புதிதாகக் கண்டறியப்பட்ட பாரதியின் கட்டுரைப் பகுதி

சுதேசமித்திரன், வியாழக்கிழமை.

புயற் காற்று.

புதுச்சேரி.

ஸ்ரீ சி. சுப்பிரமணிய பாரதி எழுதினது.

புதுச்சேரிக்குத் தென்மேற்கே இரண்டு மைல் தூரத்தில் தேங்காய்த்திட்டு என்றொரு கிராமம். அங்கு தென்னை மாம் அதிகம். புயற்காற்றுத் தென்னை மாத்துக்கும் நாக்கைக்கும் முக்யப்பகையாக வந்தது. கிராமத்தில் பெரிய சேதம். எட்டுப்பேர் இறந்துபோய் விட்டார்கள். அத்தனை பேரும் ஒரே குடும்பம். வீடு விழுந்துவிடும்போலிருந்தது. எல்லாரும் வெளியேறினார்கள். காற்று வாரிக்கொண்டுபோய் விட்டது. அவர்களில் பெருமாள் என்பவன் கஸரத்து செய்தவன். நல்ல பலசாலி உடம்பு பார்த்தால் பீமனைப்போலிருக்கிறது. இவனை வாயு கழனியினிடையே எறிந்தான். அந்த வீழ்ச்சியிலே பெருமாள் இறந்துபோனான். நாராயணஸ்வாமி என்ற ஒருவன் மாத்திரம் சாகவில்லை. இவன் விழுந்திடத்து பூவரசு மரமொன்றை இறுகத் தழுவிக்கொண்டு பிழைத்திருந்தான். காலையில் இவனுக்குப் பயித்தியமோ, ஞானமோ, பிடித்துக்கொண்டது. எப்போதும் 'முருகா' 'முருகா' என்று சொல்லுகிறான். வேறு ஞாபகமில்லை. ஞாயிற்றுக்கிழமையன்று செப்ளே ஆலையிலும், திங்கட்கிழமையன்று ரொதியே ஆலையிலும் கவர்னர் வந்து பார்வையிட்டாராம். குசப்பாலேயம் ஆலைக்குக் கொஞ்சம் பலமான சேதமென்று தெரிவிக்கப்படுகிறது. ஸவானு ஆலையில் வேலையாட்கள் வேண்டி, வீதியிலே நின்றுகொண்டு வருவார் போவாரைக் கூப்பிடுகிறார்கள். ஆள் வேலைக்கு ஒப்புக்கொண்டால் அவன் கையில் ஒரு முத்திரைச்சீட்டு (டிக்கட்) கொடுக்கிறார்கள். முத்திரையைக் காட்டி உள்ளே வேலை செய்ய வேண்டும். வெளியேறும்போது முத்திரையைக் கொடுத்தால் 6 அணா கூலி கையிலே கொடுக்கிறார்கள்.

ஆலங்குப்பத்து வாத்தியார் புயற்காற்றை அநுபவித்த கதை.

புதுச்சேரிக்கு வடமேற்கே சுமார் 4 மைல் தூரத்தில் ஆலங்குப்பம் என்ற கிராமம். அந்த ஊர் ஸர்க்கார்ப் பள்ளிக்கூடத்திலே சுப்பராய முதலியார் என்றொரு வாத்தியார், இந்த முதலியாரும் மூன்று இளைஞரும், ஒரு கிழவனுமாக ஐந்து பேர் புயற்காற்றடித்த புதன்கிழமை யிரவில், மேற்படி பள்ளிக்கூடத்து மெத்தையில் படுத்துக் கொண்டிருந்தார்கள். காற்று வந்தது மெத்தை ஜன்னல் கதவுகள் எட்டிரண்டு பதினாறும் ஏககாலத்தில் வெடித்து விழுந்தன. மேற்கூரை விழத்தொடங்கிற்று. கட்டிடம் கொஞ்சம் அசைந்தது. இவர்கள் பயந்து மேற்படி கட்டிடத்தை விட்டு வெளியேறி ரஸ்தாவுக்கு வந்தார்கள். காற்று தூக்கிக் கொண்டு போய் விட்டது. கிழவனை ஒரு ஓடையிலே கொண்டு போட்டது. அவனை ஓடை நீர் அடித்துக்கொண்டு போய், அங்கிருந்து சுமார் 5 மைல் தூரமுள்ள ஆம்பெரும்பட்டு என்ற கிராமத்தில் ஒதுக்கிற்று. மறுநாள் பகலிலே பிணத்தை ஆலங்குப்பத்துக்குக் கொண்டு வந்தார்கள்.

வாத்தியார் சுப்புராய முதலியாரைக் கழனியிடையே, கைப்பிடிச்சுவர் இல்லாத மட்டக் கிணறொன்றிலே தள்ளி விட்டது. முதலியார் நல்ல தீரன். அப்படி யிருந்தும் தழாவிப் பக்கத்திலிருந்த ஒரு சாட்டா மணக்குஞ் செடியைப் பிடித்துக் கொண்டார். ஆல மரங்களை அழித்த காற்று சில ஆமணக்குஞ்

சுதேசமித்திரன் – 30.11.1916 – பாரதிதாசன் குறித்த பதிவைக்கொண்ட பகுதி

மகா-ள-ள-ஸ்ரீ

"கலைமகள்" பத்திராதிபர் அவர்களுக்கு.

ஐயா,

அநல ஹு கார்த்திகை மீ அ-ம் உ அடித்த புயற்காற்றினால் ஜனங்களுக்கு நேர்ந்த கஷ்டங்களை இயன்ற அளவு நிவர்த்திக்கும் பொருட்டு நானும் எனது நண்பரும் வசூலித்த பணங்களுக்கும் அரிசிக்கும், செய்த செலவுகளுக்கும் ஒரு விவர ஜாபிதா வெளிப்படுத்தவேண்டியது கடமையாதலால் அடியில் கூறும் விவரங்களைத் தங்கள் அரிய பத்திரிகையில் வெளிப்படுத்த இடம் தரும்படி வேண்டுகிறேன்.

புதுவை
அநல ஹு கார்திகை மீ
உஎ-ம் உ

இங்ஙனம் தங்கள்
வ. வே. ஸு. அய்யர்.

நிகழும் அநல ஹு கார்த்திகை மீ அ-ம் உ இரவு அடித்த புயற்காற்றினால் நிலைகுலைந்துபோய்விட்ட ஏழை ஜனங்களுக்கு உதவி புரியும்படி அங்கங்கேயுள்ள கனவான்களை வேண்டினதில்,

க. அடியிற்கண்ட கனவான்கள் இந்தத் தர்மத்துக்காக அரிசி தந்தார்கள். அவரவர்கள் பெயருக்குப்பின் வருகிற இலக்கம் அவரவர்கள் புதுச்சேரிப்படியால் இத்தனைபடி தந்தார்கள் என்று குறிப்பிடுகிறது:— ஸ்ரீ ஸ்ரீ கலவை – சங்கரசெட்டியார் (௬௫); சீகாழி கிருஷ்ணசுவாமி செட்டியார் (௫௦); கிரக்தே – சிவசங்கரசெட்டியார் (௧௦); லூயி. சி. ஞானப்பிரகாசமுதலியார் (௫௦); ஈப்பூர் – கிருஷ்ணசுவாமிசெட்டியார் (௪௫); ராமகிருஷ்ணரெட்டியார் (௫); போல்ஜி ராமேசுவர் ஸேட் (௫); தாண்ட்லா கோவிந்தசெட்டியார் (௨௦); ஸ. ஆறுமுகம்செட்டியார் (௧௦); ராமகிருஷ்ணபிள்ளை (௪௦); சா. குப்புஸ்வாமி அய்யர் (௧௦); முத்து குமாரஸ்வாமி வசூல் (௨௪); சில்லறை வசூல் (௧௧).

கலைமகள் (புதுவை) – 1916 – வ.வெ.சு. அய்யர் அறிக்கை

— 271 —

பெஸ்ட் சங்கத்துத் தலைமை குமாஸ்தா ஸ்ரீ குப்புஸ்வாமி முதலியார் ரூ. ௧௦ கொடுத்தார்.

அடியிற்கண்ட கனவான்கள் ரூ. ௩ வீதம் கொடுத்தார்கள்:— ஸ்ரீ ஸ்ரீ ...ன்னூர் கிருஷ்ணசுவாமிசெட்டியார்; கருணாநிதிப்பிள்ளை; குப்புஸ்வ பிள்ளை பெருமாள்கோவில்தெரு).

அடியிற்கண்ட கனவான்கள் ரூ. ௨ வீதம் கொடுத்தார்கள்:— ஸ்ரீ ஸ்ரீ ராஹீம் ஈசாக் ஸேட்; கல்வெ – சுப்பராயசெட்டியார்; குட்டியபசுபாபதிபிள்ளை; தூ. சு. நன்னைய பாகவதர்; துரைப்பிள்ளை; ஸ்வாமிந தீக்ஷதர்; முனிசுவாமிபிள்ளை (முத்துமாரியம்மன்கோவில் தெரு); ...வாயுதநாய்க்கர்; சரவணசெட்டியார்.

ஸ்ரீ ஜயராம்நாயடு வசூலித்தது. ரூ. ௨ – அ – ௬

ஸ்ரீ முத்துக்குமாரஸ்வாமி வசூலித்தது. ரூ. ௧ – ௪ – ௦

அடியிற்கண்ட கனவான்கள் ரூ. ௧ வீதம் கொடுத்தார்கள்:— ஸ்ரீ ஸ்ரீ ...னுஸ்வாமிபிள்ளை; வ. வெ. ஸு. அய்யர்; சி. ஸுப்ரம்ஹண்ய பாரதி; ...விவாசாசாரியார்; நா. ஸுப்ரம்ஹண்ய அய்யர்; உலியே...ண்முபா; திருமுடி – நடராஜசெட்டியார்; நடேசய்யர்; சிட்டி– குப்புஸ்வ அய்யங்கார்; ஸுந்தா அய்யங்கார்; சிதம்பரம் அய்யர்; ஓர் பரோபகாரி; பத்மநாபரெட்டியார்; அமீனா – ரங்கசுவாமிபிள்ளை; நா. எதிலுநாயடு; பழக்கடை பொன்னுஸ்வாமிநாயகர்; ரத்தின – பெருமாள்ளை; மளிகை – வைத்தியலிங்கம்பிள்ளை; கு. ராமஸ்வாமி அய்யர்; சிக்கிடங்கு ராமசுவாமிபிள்ளை; கோ. ஐயாசுவாமிசெட்டியார்; ...நாதமுதலியார்; சுந்தரேசய்யர்; பர்மாவலி – நடராஜபிள்ளை; அழாம் ...யேர் – ரங்கநாதமுதலியார்; கண்ட்ராக்ட் பெருமாள்பிள்ளை; ...ராப் – பத்திரபிள்ளை; சிற்றம்பலசெட்டியார்; துரைஸ்வாமிநாயடு; ...ண்டு –ஜப்பிள்ளை; ரேவு – குழந்தைவேலுப்பிள்ளை; ஓவர்ஸீயர் ராமானுஜயங்கார்.

அடியிற்கண்ட கனவான்கள் எட்டணா வீதம் கொடுத்தார்கள்:— ஸ்ரீ விரூபாக்ஷிசெட்டியார்; ராமசந்திர அய்யர்; வி. எஸ். ...ரராகவாசாரியார்; எஸ். திருவேங்கடாசாரியார்; சவரிராஜய்யங்கார்; வேங்கடநாயடு; தேவநாயகசெட்டியார்; சுப்பராயலுநாயடு; வடிவேலுப்பிள்ளை; ஒரு ஸேட்; தியாகராஜய்யர்; ஜவுளி – மாணிக்கசுவாமி பிள்ளை; ப. கே. ஸ்ரீநிவாசசெட்டியார்; அமீனா துரைசுவாமிபிள்ளை; நாராயணஸ்வாமிபிள்ளை; ராமகிருஷ்ணபிள்ளை; எஸ். தங்கவேலுப்பிள்ளை; கா. சோமசுந்தரம்பிள்ளை.

வ.வெ.சு. அய்யர் அறிக்கையில் பாரதி பெயர் இடம்பெற்ற பகுதி